U0056894

瑞蘭國際

瑞蘭國際

開始學泰語，讀這本就夠！

泰語起步走 2

徐建汕（สมศักดิ์ รัตนชื่อสกุล / Somsak Rattanachueskul） 著

推薦序 1

開啟泰文化的魅力

1992年5月中旬，首度造訪東南亞的泰國普吉島，是名聞遐邇的觀光度假勝地，漂亮的島嶼，翠綠清澈的海島風光，一望沁心優游於海底世界的多彩熱帶魚，至今令我難忘。記得2016年遊歷柬埔寨吳哥窟時，當地導遊以非常流利的中文告訴旅客，他首次出國旅遊的地點是曼谷。曼谷是東南亞大都會，就像東京是東北亞的大都會一般，為人所嚮往，也是柬埔寨人一生嚮往、非一度前往旅遊不可的踏點。泰國在東南亞是經貿發展快速的國度，美麗的風光是歐美人士喜愛的亞洲重要觀光景點之一。臺灣前往泰國者早期以臺商居多，近十幾年來由於國際旅遊移動活絡，地球村概念促進年輕人與世界各地的接觸，伴隨此風潮前往泰國旅遊甚至工作者有逐漸增多之趨勢。

而本院外語中心於2016開設「泰語」推廣課程，由徐建汕老師擔任授課講師。建汕老師的泰語教學自1994年起便配合臺南縣外籍勞工諮詢服務中心之工作計畫，針對警察、聘僱泰籍勞工之廠商幹部，開設多場泰語基礎課程，並於語言教學相關單位教授泰語，擁有20幾年豐富而寶貴的泰語教學經驗，時而亦擔任文書翻譯及口譯的重要工作。這些年，在政府推動臺灣第二波的南向政策下，本院與泰國學術單位的交流合作亦隨之往前推進一步。自2017至2019年，本院陸續與泰國正大管理學院Panyapiwat Institute of Management、藝術大學Silpakorn University文學院（Faculty of Arts）與教育學院（Faculty of Education）、法政大學Thammasat University等簽有MOU，雙方積極展開實質的各項合作，如教師交換教學、學生短期學習課程交流、師生教學觀摩、華語學習，並與朱拉隆功大學Chulalongkorn University語言中心從事英語課程合作等。一連串與泰國各大學交流活動中，有幸得到建汕老師熱心的諸多協助，包括口譯等，遂使雙方的交流漸趨順利密切，由衷感激。

建汕老師累積其多年豐富的泰語教學經驗，為使學生有效進入泰語的學習，同時增加學習的趣味性，特撰著《泰語起步走2》教科書，內容生動活潑、圖文並茂。全書共240頁，分成15課，從聲母、韻母的辨識，到練習，及隨手可見的溫馨小叮嚀，處處凸顯本書的用心與特色。相信此書的完成，勢必有助於各界的泰語學習，進而開啟對泰國文化欲窺其竟的興趣。此書不僅是建汕老師個人長期教授泰語的重要成果與心血結晶，同時亦可為本院外語中心積極推動東南亞各類語種教學的用心與決心給予最佳的註解和見證，與有榮焉。

國立成功大學文學院院長

陳玉女

2019.7.26

自政府推動新南向政策以來，臺灣有越來越多人想學泰語，也逐漸形成一種社會流行的風氣，從坊間泰語教學補習班像雨後春筍般地出現可見一斑，然而慎選專業的管道才能打好泰語基礎。

徐建汕（Somsak Rattanachueskul）老師本人在泰國受高等教育，加上長年居住在臺灣的優勢，所編撰的《泰語起步走2》可謂是對泰語有興趣之社會人士打好泰語基礎的最好教材，期望用本書學習泰語的朋友，能因此有更完整而紮實的基礎。

本人推廣泰語教學近30年，首創泰語廣播教學節目製作、主講及編著之「標準泰國語」初級及中級課程，國立教育電臺泰語教學節目網站至今仍然沿用此課程，見證了殷切學習泰語的臺灣民眾，因互相了解泰國與臺灣而越顯密切。目前在臺灣，還有許多喜愛泰國文化的年輕人，也紛紛加入學習泰語的行列，這樣輝煌的成果應歸功於30年來所有泰語愛好者，包含學泰語、教泰語、以及努力推廣泰國文化的每一位朋友。

李錫強

108.11.21

李錫強

國立教育電臺「標準泰國語」節目製作、主講及編著
財團法人中央廣播電臺泰語節目製作、主持人
財團法人公共電視泰語新聞（โฟกัส ไต้หวัน）編審
泰王國貿易經濟代表處投資顧問
泰國房地產獅王不動產 Lion Real Estate 顧問
臺灣泰國交流協會榮譽顧問

配合臺灣政府新南向政策，東協國家的語言學習，目前在臺灣十分熱門。臺灣有高達26萬的東南亞籍新住民，新住民實是臺灣人口成長的新動力。近年來的公職考試，也先後增設東南亞語組別。此外，東協為全球資金挹注熱點，經濟潛力無限，臺商渴求東協雙語人才，外派高層薪水可高出平均百分之50。而2019年學年度起，即將實施的12年國民基本教育課程綱要總綱，也已將新住民語文列為國民小學必選課程。由此可知，學會東南亞語言，已不再是「潮流」，而是「必要」了！

在觀光方面，去年東南亞旅客入境臺灣的人數成長達3成，但國內泰語、越南語、印尼語等東南亞語導遊人數卻明顯不足；具備東南亞語言能力，將成為導遊的最佳人選，因此，各縣市政府都積極開設培訓課程，希望能培養相關語言人才。相對的，泰國的觀光產業、文創的經驗及設計的實力在全世界都倍受矚目，堪為臺灣借鏡，會説英語早已不足為奇，能用泰語和當地人搏感情，擁雙語優勢，才是王道。

目前，臺灣坊間所出版的泰語學習書籍琳瑯滿目、五花八門，但不外乎都是生活、觀光或商務等注重會話的學習方式，僅強調口説，雖能在短時間內開口説泰語，但長期下來仍無法閱讀或書寫泰文。有鑑於此，本書希望能給予有心真的想學會泰語聽、説、讀、寫的朋友一種穩扎穩打的學習技巧。只要跟著書本循序漸進「起步走」，找到竅門，不怕辛苦、多背誦字彙、理解語法，跟MP3讀，多開口説，日積月累，相信你對泰語的聽説讀寫實力會大大提升，因為人人都有學習多門語言的天賦。

泰語屬於漢藏語系壯侗語族壯傣語支，是一種包含多元語言的體系。換言之，泰語裡除了有泰民族本身的語言之外，還包含了大量的外來語言，像高棉語、柬埔寨語、古印度的梵語和巴利語（多為佛教語和宮廷語），還有來自西方國家的英語（主要是音譯詞，是常見的生活用語或科技用語，如football、basketball、hello、OK、computer、apple、hamburger等等），以及許多來自廣東的潮州語（潮州人是支撐泰國經濟的主要華人）。

泰語的基本詞彙主要由單音節片語組成，構詞中有大量的合成詞和重疊詞。除了基本詞彙外，有許多詞彙（約百分之30左右）屬於外來詞。眾所皆知，所有的語言都是由千千萬萬個詞彙構成的，詞彙是句子的靈魂，也是學習語言不可或缺的部分，而泰語詞彙所扮演的角色與重要性更是明顯。

泰語，看起來像圖畫的文字，不是你想像中那麼難學，你只需掌握基礎的語音概念、瞭解簡單的語法和熟記大量的詞彙，就有意想不到的效果。換言之，要學會泰語，除了掌握語法外，就是要大量增加詞彙的數量。詞彙是句子的基礎，如果記不住單字，就無法連成句子，更談不上用泰語進行溝通了。因此，學習泰語的關鍵因素就在於掌握大量詞彙，初學者一定要切記。

學習任何的語言都一樣，先決條件不外乎要有濃厚的興趣，也要能找到正確的學習方法。興趣是最好的老師，有興趣和熱情比什麼都重要。聽泰語歌曲，看泰語電視、電影，都是培養對泰語興趣和熱情的好方法，藉此也可訓練聽力和累積字彙，增加語言的感性認知，若能加上口説練習，必能增強自己口語表達的自信心。多聽、多説、多讀、多寫，努力不懈不怕苦，假以時日，你的泰語能力一定會令人刮目相看。

我有多年的泰語教學現場經驗，深刻瞭解臺灣學習泰語者所遇到的困難，因此在編排本書時，我是以外語初學者的學習心理來編撰此書，深信它能符合每位學習者的需求。本書，絕對是你精進泰語能力的最佳工具書！

一旦開始學習泰語，就要每天持續一段時間，最好的長度是每天至少花一個小時，直到有基本的程度為止，否則就像停停蓋蓋的地基，脆弱的地基是沒有辦法往上蓋房子的，千萬不要氣餒、不要半途而廢！

機會——除了是留給準備好的人之外，我更想説：成功——是留給努力創造機會的人！學會多一種語言，就擁有更多的成功機會！

สมศักดิ์ รัตนชื่อสกุล

Somsak Rattanachueskul

2019.6.30

學生推薦1 學習泰語，找對人學很重要

我學泰語到現在已經4年多了。

在這過程中，Somsak老師是我的第二位泰語老師，他本身是土生土長的泰國華僑，我是在救國團的泰語學習班上課時認識他的。由於先前已有第一位老師的經驗，所以我很容易去感受到前後者的差異，無論在教材的安排上，或者是課堂的講解，Somsak老師都能很充分地讓學員們學習到最道地的泰文，這也是為什麼我會一直持續跟著Somsak老師的泰語課程直到現在。

曾經聽過第一位泰語老師說，他的學生已經可以用泰語寫簡易的泰語書信給他，當時對我來說，只覺得是個好遙遠的夢，但是現在我不但可以流利地說泰語，也可以用泰語來寫書信。我最近寫了一篇泰語文章，是一封關於我思念已過世的母親的信，不可置信地，短短的時間內我的泰語可以進步得如此之多，這應該是Somsak老師的教材及專業又用心的授課的關係吧！

Somsak老師要出書了，真的很替他開心，這是老師很細心編寫而成的作品，希望能讓想學習泰語的朋友，能更有效率地學習泰語。這本書從字母教學開始、再到聲調發音、還有基礎單字學習，都安排得非常好。最後也期待老師的泰語書能夠大賣，能造福更多想學習泰語的朋友來學習喔！

魔力直排輪教練

陳奇權

2019.7.26

P.S. 最後附上我寫給我媽媽的泰語書信連結：
http://www.facebook.com./notes/jacky-chen/
ผมอยากพูดให้แม่ฟัง/10156191308201242/

學生推薦2

在我大學畢業，第一次接觸到泰國時就喜歡上它了，回國後就開始尋找學習泰語的資訊，很幸運在救國團的課程上，上到老師的課，跟老師一起學習，因為老師的專業和熱忱，讓我愛上了泰語。如果你和我一樣，不想只是當個走馬看花的觀光客，或是只能用英語跟泰國人雞同鴨講的話，那麼你一定要擁有這本書來學習泰語，因為用當地的語言和泰國人對談，才更能深入了解泰國的生活。且讓我們更快進入泰語的國度，享受泰語的曼妙，説不定還有機會結交及認識許多泰國的新朋友。總而言之，我一定要向大家推薦這一本書，這是一本值得學習的好書，對泰國及泰語有興趣的你們，千萬不能錯過喔！

採購人員
麗雯
2019.6.30

學生推薦3

想打好泰語基礎，那這本書會是好的選擇！

สมศักดิ์老師長年居臺，説流利中文不在話下，更有教學泰語多年的經驗，因此能編出適合學習的教材。

內容由淺至深，淺顯易懂，讓讀者能循序漸進地完成學習，就算是初學者也不用擔心太困難，《泰語起步走2》是一本很棒的泰語學習書籍。

電腦資訊人員
方楚
2019.6.30

本書特色及學前提要

1. 泰語是拼音文字組合而成，每個音節的基本結構可能包含以下幾種情形：

   (1) 聲母＋韻母＋聲調＋結尾音

   (2) 聲母＋韻母＋結尾音

   (3) 聲母＋韻母＋聲調

   (4) 聲母＋韻母

2. 本書的編寫順序是讓初學者先熟練每一個泰文聲母之字形及發音，並例舉常用單字來配合學習，接著是韻母之字形及發音，同時帶入韻母與聲母的拼音練習，循序漸進，配合初學者的學習心理，自然而然地學泰語。

3. 為幫助初學者更容易發出正確讀音，本書的音標，除了標示羅馬拼音之外，並輔以容易辨讀的中文注音符號，但是有些字詞找不到適當或近似的中文發音，僅以羅馬音標標註。不論如何，學習者一定要跟著MP3讀，才能發出最正確的讀音。

4. 練習拼音是學好泰語的不二法門，要不斷地練習拼音，熟能生巧，才能使發音正確。因此，本書為使初學者熟悉泰語拼音的技巧，提供了初學者基本的聲韻調口訣，如下：

聲	韻	調	聲韻調口訣	例字
中音聲母	長音韻母	泰文第 1 聲	中 長 1 聲	กา
	短音韻母	泰文第 2 聲	中 短 2 聲	กะ
高音聲母	長音韻母	泰文第 5 聲	高 長 5 聲	ขา
	短音韻母	泰文第 2 聲	高 短 2 聲	ขะ
低音聲母	長音韻母	泰文第 1 聲	低 長 1 聲	คา
	短音韻母	泰文第 4 聲	低 短 4 聲	คะ

5. 泰語聲調有5個音、4個符號，初學者可能對聲調的發音不太熟悉，因此本書為使初學者能以接近原母語的學習基礎學習，特將泰語聲調的發音與華語聲調的發音聲調比較列出如下：

泰語 （符號）	第1聲 （無符號）	第2聲 （◌่）	第3聲 （◌้）	第4聲 （◌๊）	第5聲 （◌๋）
華語	第1聲 ㄍㄚ	第3聲 ㄍㄚˇ	第4聲 ㄍㄚˋ	無對應 華語聲調	第2聲 ㄍㄚˊ
本書使用 的音標	無音標	ˇ	ˋ	~	ˊ

6. 本書從介紹韻母的單元起所使用的「◌」符號，會與韻母放在一起，均代表任何一個聲母。

7. 為使初學者熟習泰語文字的組合，會在每個組成音節的聲母以特別色處理，以方便初學者快速辨識聲母，幫助拼音，例如：

ตา

< ta；搭>

外公 / 眼睛

8. 請留意，泰文句子的寫法，在字詞之間是不會有空格的，但為了幫助初學者拼音，本書在每一個語詞之間空了一格，以方便初學者更容易辨識字詞來練習拼音，例如：

อา ทา ยา ขา ลา 叔叔（姑姑）在驢的腳塗上藥。

<ar> <ta> <ya> <kha´> <la >

<ㄚ> <ㄊㄚ> <ㄧㄚ> <ㄎㄚˊ> <ㄌㄚ>

9. 本書為使初學者熟習泰語文字的組合，會在每個組成音節的「聲母」以特別色處理，例如อา，讓初學者不會把聲母和韻母混淆，更方便初學者快速辨識聲母，幫助拼音。

10. 綜合以上8、9的特點，本書先把長長的泰文句子的每個詞語分開來，再配合書中提供音節的4大基本結構（包括聲母、韻母、聲調及結尾音）來進行拼音，初學者就可以很容易將泰文原本連成長長一串的文字，拆開成一個一個有意義的單字了。只要多練習分解單字，初學者就不會對泰文長長一串字感到恐懼了。

11. MP3錄音檔均由筆者親自錄製，請初學者仔細對照課本聆聽，同時多練習跟著讀，增進聽、說、讀的能力。

12. 泰語聲母的筆順非常重要，許多聲母的筆畫有圓圈，看似相同的聲母卻有不同方向的圓圈，例如：ด及ค是不同的兩個聲母。ด的圓圈是順時鐘圓圈，而ค的圓圈是逆時鐘的圓圈，在書寫的時候一定要特別留意。

13. 本書除了單字的拼音、語詞及句子練習之外，並加入常用的生活會話，希望初學者有更多的機會可以練習說說生活的用語，才能學以致用。此外，本書也編入一些令讀者十分感興趣的泰國文化介紹，讓泰語的學習更加多元豐富。

如何使用本書

第三章 泰文拼音法 การประสมสระ

接續《泰語起步走 1》第一章、第二章的學習內容，開始發音實戰演練！

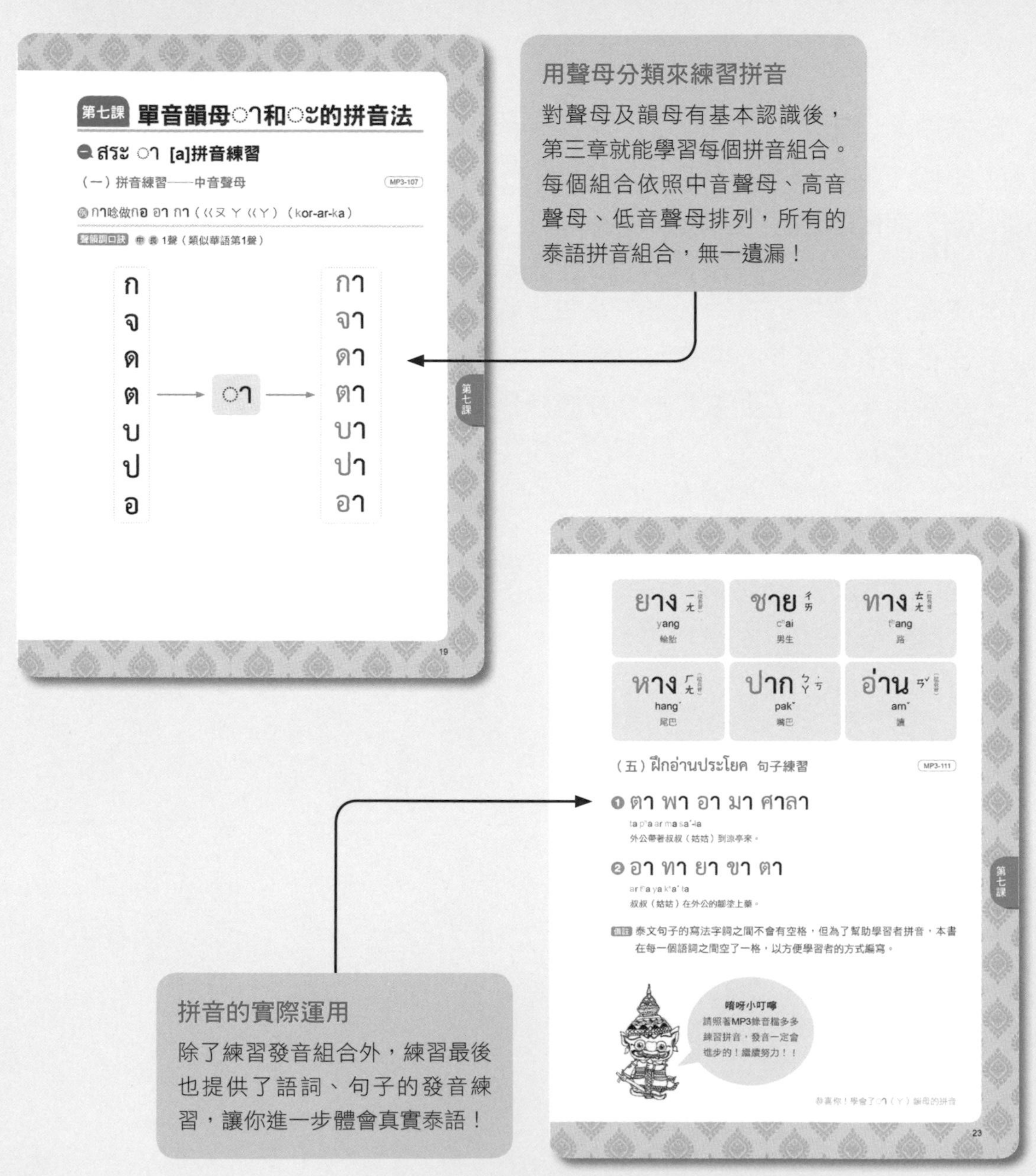

用聲母分類來練習拼音
對聲母及韻母有基本認識後，第三章就能學習每個拼音組合。每個組合依照中音聲母、高音聲母、低音聲母排列，所有的泰語拼音組合，無一遺漏！
拼音的實際運用
除了練習發音組合外，練習最後也提供了語詞、句子的發音練習，讓你進一步體會真實泰語！
第七課 單音韻母◌า和◌ะ的拼音法
สระ ◌า [a]拼音練習
（一）拼音練習——中音聲母
MP3-107
ก จ ด ต บ ป อ
◌า
กา จา ดา ตา บา ปา อา
ยาง
ชาย
ทาง
หาง
ปาก
อ่าน
（五）ฝึกอ่านประโยค 句子練習
MP3-111
❶ ตา พา อา มา ศาลา
❷ อา ทา ยา ขา ตา

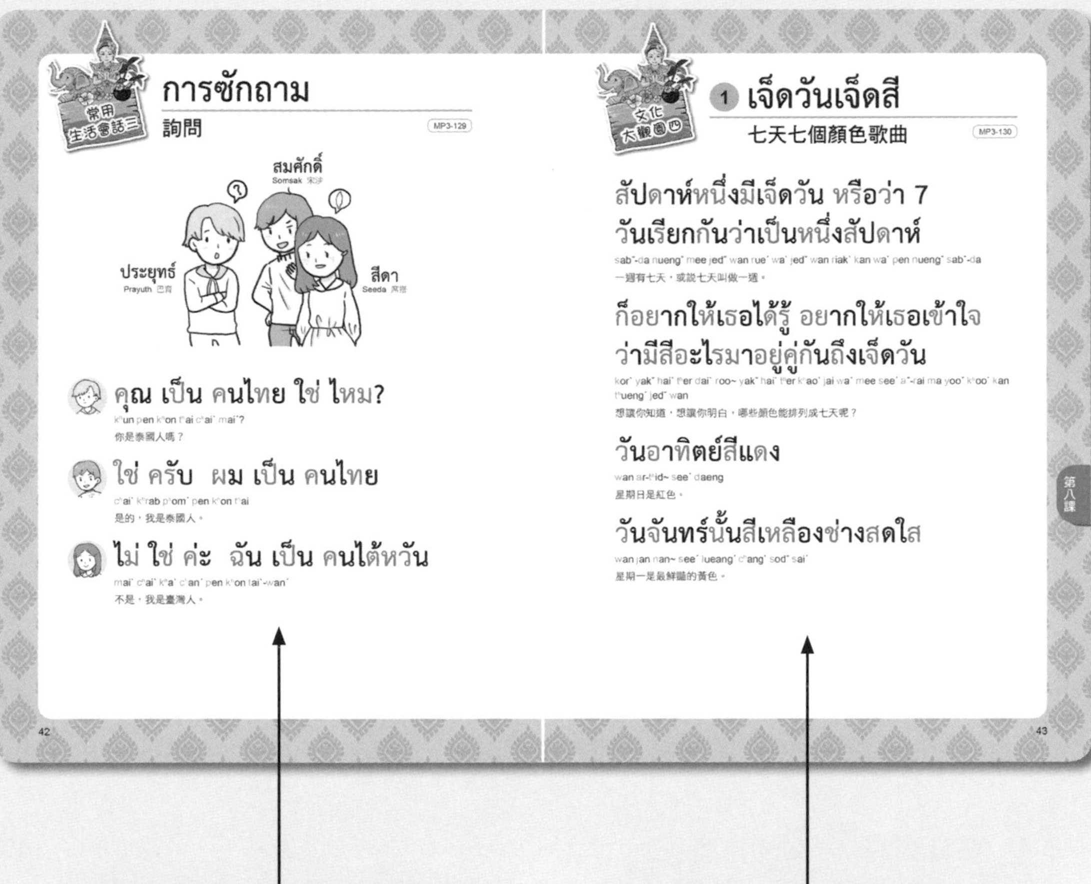

常用生活會話三

การซักถาม

詢問

MP3-129

สมศักดิ์
Somsak 宋沙

ประยุทธ์
Prayuth 巴育

สีดา
Seeda 席搭

คุณ เป็น คนไทย ใช่ ไหม?

kʰun pen kʰon tʰai cʰai` mai´?

你是泰國人嗎？

ใช่ ครับ ผม เป็น คนไทย

cʰai` kʰrab pʰom´ pen kʰon tʰai

是的，我是泰國人。

ไม่ ใช่ ค่ะ ฉัน เป็น คนไต้หวัน

mai` cʰai` kʰa` cʰan´ pen kʰon tai`-wan´

不是，我是臺灣人。

42

文化大觀園四

1 เจ็ดวันเจ็ดสี

七天七個顏色歌曲

MP3-130

สัปดาห์หนึ่งมีเจ็ดวัน หรือว่า 7
วันเรียกกันว่าเป็นหนึ่งสัปดาห์

sab`-da nueng` mee jed` wan rue´ wa` jed` wan riak` kan wa` pen nueng` sab`-da

一週有七天，或說七天叫做一週。

ก็อยากให้เธอได้รู้ อยากให้เธอเข้าใจ
ว่ามีสีอะไรมาอยู่คู่กันถึงเจ็ดวัน

kor` yak` hai` tʰer dai` roo~ yak` hai` tʰer kʰao` jai wa` mee see´ a`-rai ma yoo` kʰoo` kan tʰueng´ jed` wan

想讓你知道，想讓你明白，哪些顏色能排列成七天呢？

วันอาทิตย์สีแดง

wan ar-tʰid~ see´ daeng

星期日是紅色。

วันจันทร์นั้นสีเหลืองช่างสดใส

wan jan nan~ see´ lueang´ cʰang` sod` sai´

星期一是最鮮豔的黃色。

第八課

43

實用生活會話

除了發音，實用的生活會話也是本書不可錯過的重點！不用艱深的字詞，初學泰語的你也能輕鬆開口說。

文化大觀園

一邊學語言、一邊認識該語言的文化，是維持學習興趣的不二法門。最神祕的泰國文化，本書一次告訴你。

目 次

第三章

泰文拼音法

การประสมสระ

第七課～第十五課　單音韻母的拼音法
第十六課～第十八課　雙音韻母的拼音法
第十九課～第二十一課　特殊韻母的拼音法

หลักการออกเสียงคำที่ประสมสระ
拼音後的聲調規則

（一）คำที่ประสมด้วยสระอย่างเดียว
聲母＋韻母之單字的聲調規則

聲	韻	調	聲韻調口訣	例字
中音聲母	長音韻母	泰文第1聲	中 長 1聲	กา
	短音韻母	泰文第2聲	中 短 2聲	กะ
高音聲母	長音韻母	泰文第5聲	高 長 5聲	ขา
	短音韻母	泰文第2聲	高 短 2聲	ขะ
低音聲母	長音韻母	泰文第1聲	低 長 1聲	คา
	短音韻母	泰文第4聲	低 短 4聲	คะ

（二）泰語聲調與華語聲調對照表

泰語（符號）	第1聲（無符號）	第2聲 ◌่	第3聲 ◌้	第4聲 ◌๊	第5聲 ◌๋
華語	第1聲 ㄍㄚ	第3聲 ㄍㄚˇ	第4聲 ㄍㄚˋ	無對應華語聲調	第2聲 ㄍㄚˊ

註1：「聲母＋韻母＋聲調符號」的語詞練習，會在未來的單元裡詳細介紹。
註2：「聲母＋韻母＋結尾音」的語詞練習，會在未來的單元裡詳細介紹。

第七課 單音韻母◌าและ◌ะ的拼音法

一 สระ ◌า [a]拼音練習

（一）拼音練習——中音聲母

MP3-107

例 กา唸做กอ อา กา（ㄍㄡ ㄚ ㄍㄚ）（kor-ar-ka）

聲韻調口訣 中 長 1聲（類似華語第1聲）

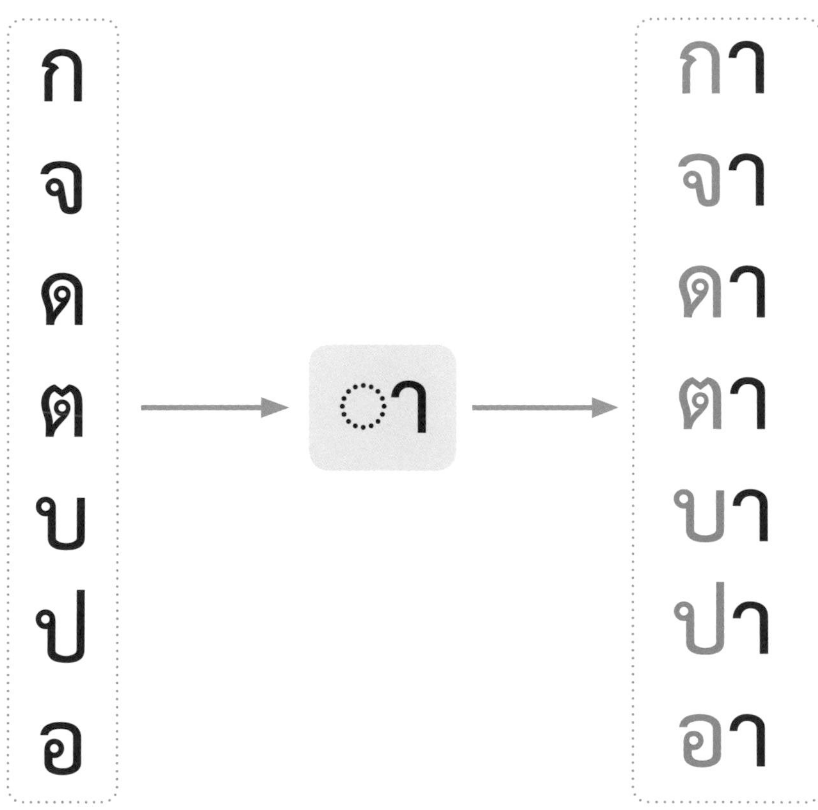

（二）拼音練習——高音聲母

MP3-108

例 ขา唸做ขอ อา ขา（ㄎㄛˊ ㄚ ㄎㄚˊ）（k^hor´-ar-k^ha´）

聲韻調口訣 高 長 5聲（類似華語第2聲）

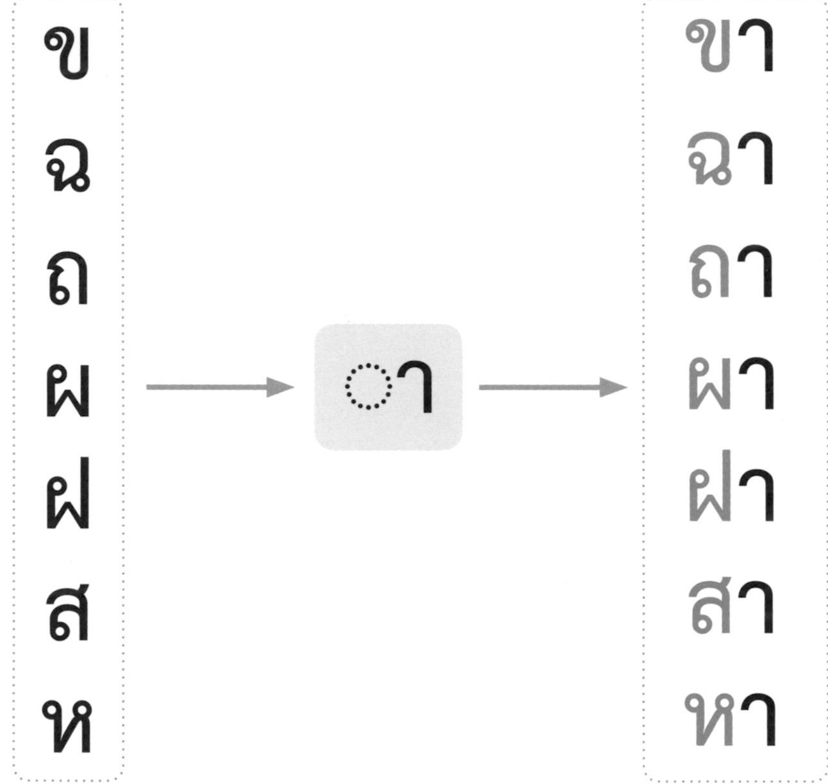

（三）拼音練習——低音聲母

MP3-109

例 คา唸做คอ อา คา（ㄎㄛ ㄚ ㄎㄚ）（k^hor-ar-k^ha）

聲韻調口訣 低 長1聲（類似華語第1聲）

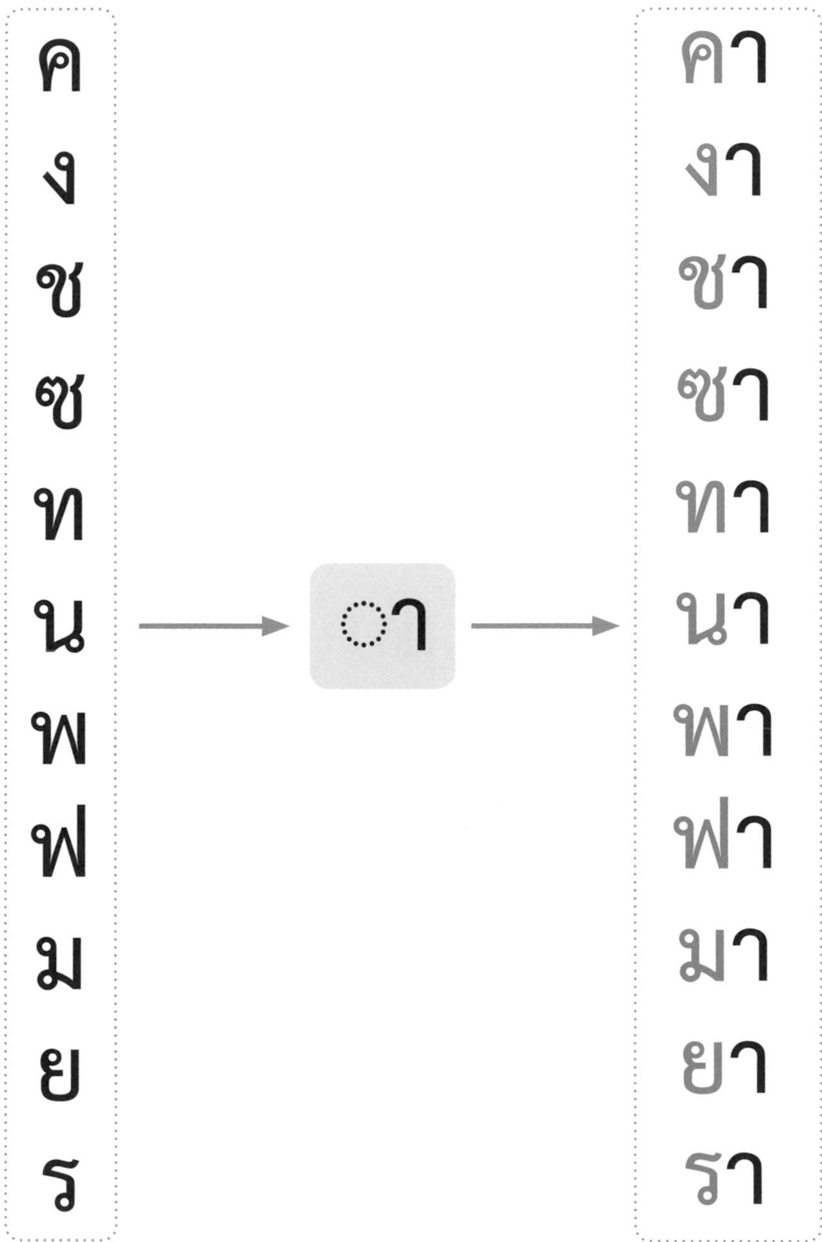

（四）คำศัพท์ 語詞練習

MP3-110

泰文	注音	拼音	中文
ตา	ㄉㄚ	ta	外公、眼睛
ลา	ㄌㄚ	la	驢子、請假
ม้า	ㄇㄚ~	ma~	馬
หมา	ㄇㄚˊ	ma´	狗
กา	ㄍㄚ	ka	烏鴉
ปลา		pla	魚
ขา	ㄎㄚˊ	k^ha´	腳
ข่า	ㄎㄚˇ	k^haˇ	良薑（薑的一種）
ว่าว		wao`	風箏
หญ้า	ㄧㄚˋ	ya`	草
บ้าน		ban`	家
ย่า	ㄧㄚˋ	ya`	奶奶
ห้า	ㄏㄚˋ	ha`	五
ข้าว	ㄎㄠˋ	k^hao`	飯
ด้าย	ㄉㄞˋ	dai	紗
ป้าย	ㄅㄞˋ	pai	招牌
จาน	ㄓㄢ（拉長音）	jan	盤子、碟子
คาง	ㄎㄤ（拉長音）	k^hang	下巴

ยาง ㄧㄤ（拉長音） yang 輪胎	ชาย ㄔㄞ cʰai 男生	ทาง ㄊㄤ（拉長音） tʰang 路
หาง ㄏㄤˊ（拉長音） hang´ 尾巴	ปาก ㄅㄚˇ ·ㄎ pakˇ 嘴巴	อ่าน ㄢˇ（拉長音） arnˇ 讀

（五）ฝึกอ่านประโยค 句子練習

MP3-111

❶ ตา พา อา มา ศาลา

ta pʰa ar ma sa´-la

外公帶著叔叔（姑姑）到涼亭來。

❷ อา ทา ยา ขา ตา

ar tʰa ya kʰa´ ta

叔叔（姑姑）在外公的腳塗上藥。

備註 泰文句子的寫法字詞之間不會有空格，但為了幫助學習者拼音，本書在每一個語詞之間空了一格，以方便學習者的方式編寫。

唷呀小叮嚀

請照著MP3錄音檔多多練習拼音，發音一定會進步的！繼續努力！！

恭喜你！學會了◌า（ㄚ）韻母的拼音

二 สระ ◌ะ [a]拼音練習

（一）拼音練習——中音聲母

MP3-112

例 กะ唸做กอ อะ กะ（ㄍㄡ ㄚ˙ ㄍㄚˇ）（kor-a-kaˇ）

聲韻調口訣 中 短 2聲（類似華語第3聲）

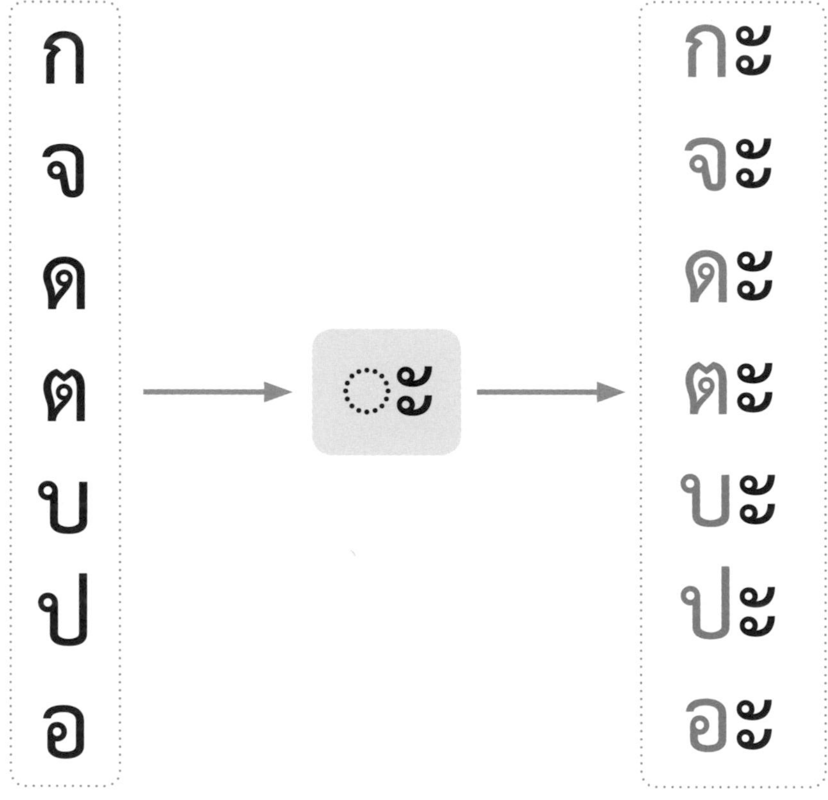

（二）拼音練習——高音聲母

MP3-113

例 ขะ唸做ขอ อะ ขะ（ㄎㄛˊ ㄚ˙ ㄎㄚˇ）（kʰor´-a-kʰaˇ）

聲韻調口訣 高 短 2聲（類似華語第3聲）

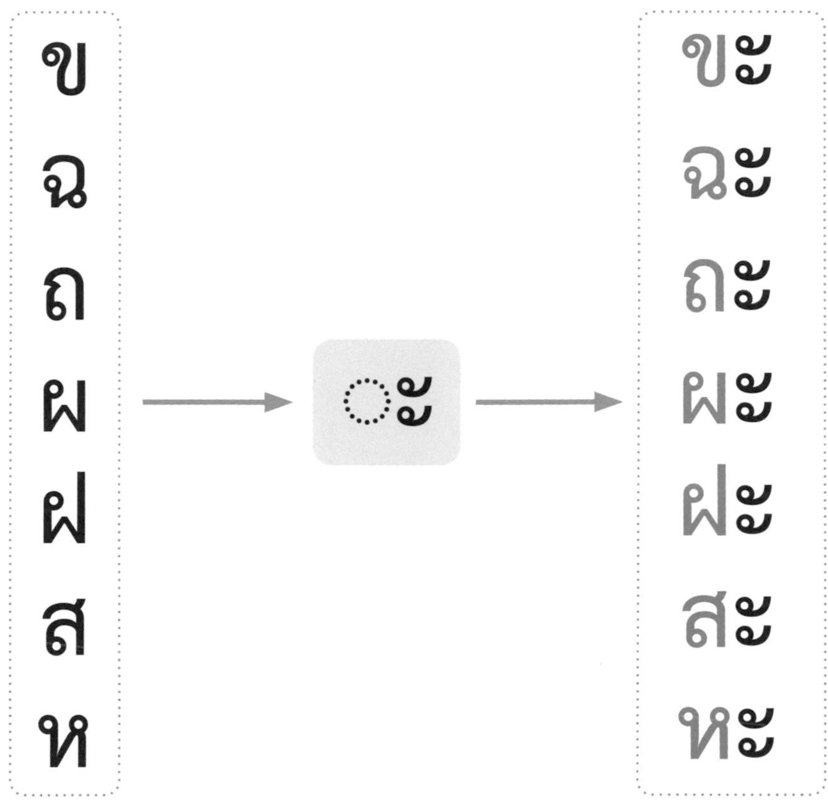

第七課

（三）拼音練習——低音聲母

MP3-114

例 คะ唸做คอ อะ คะ（ㄎㄛ ㄚˋ ㄎㄚ~）（kʰor-a-kʰa~）

聲韻調口訣 低 短 4聲（無對應華語聲調）

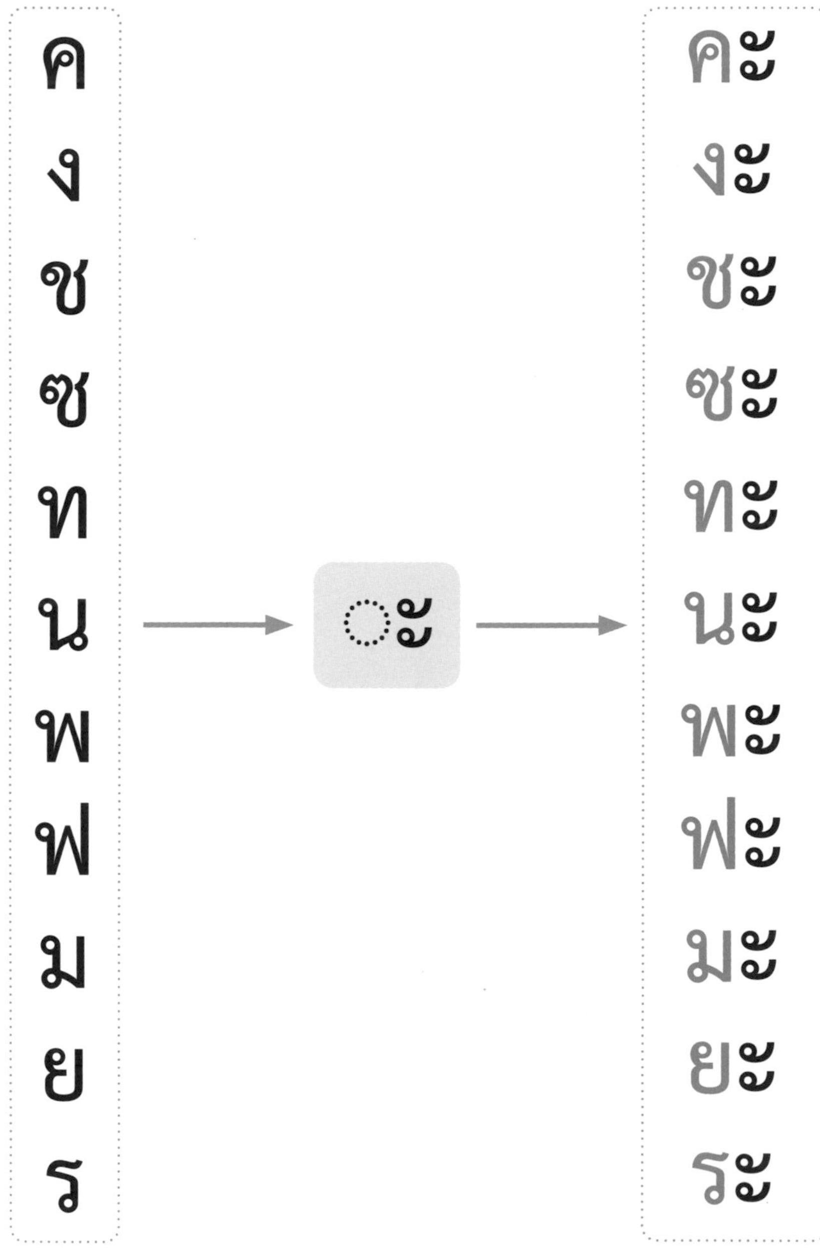

(四) คำศัพท์ 語詞練習

MP3-115

泰文	注音	拼音	中文
กระดุม		kraˇ dum	鈕扣
ตะปู	˙ㄉㄚ ㄅㄨ	taˇ poo	鐵釘
กะทิ	˙ㄍㄚ ㄊㄧ~	kaˇ t^{h}i~	椰漿
ทะเล	ㄊㄚ~ ㄌㄟ	t^{h}a~ le	海
ประตู		praˇ too	門
มะขาม		ma~ k^{h}am´	羅望子
ชะนี	ㄔㄚ~ ㄋㄧ	c^{h}a~ nee	長臂猿
สะพาน	˙ㄙㄚ ㄆㄢ	saˇ p^{h}an	橋
ตะกร้า		taˇ kra`	籃子
พระ		p^{h}ra~	和尚
ตะวัน	˙ㄉㄚ ㄨㄢ	taˇ wan	太陽
กระดิ่ง		kraˇ dingˇ	鈴鐺
ขยะ	˙ㄎㄚ ˙ㄧㄚ	k^{h}aˇ yaˇ	垃圾
กระป๋อง		kraˇ porng´	鐵罐
กระเป๋า		kraˇ pao´	包包
กระโปรง		kraˇ prong	裙子
กระรอก		kraˇ rork`	松鼠
กะละมัง	˙ㄍㄚ ㄌㄚ~ ㄇㄤ	kaˇ la~ mang	水盆

ชนะ ㄔㄚ~ㄋㄚ~ cʰa~ na~ 勝利	มะละกอ ㄇㄚ~ㄌㄚ~ㄍㄡ ma~ la~ kor 木瓜	มะลิ ㄇㄚ~ㄌㄧ~ ma~ li~ 茉莉花
ระวัง ㄌㄚ~ㄨㄤ ra~ wang 注意	มะกอก ma~ korkˇ 橄欖（水果）	มะนาว ㄇㄚ~ㄋㄠ ma~ nao 檸檬

（五）ฝึกอ่านประโยค 句子練習

MP3-116

❶ ตา มี มะขาม

ta mee ma~ kʰam´

外公有羅望子。

❷ ชะนี ตี กะละมัง

cʰa~-nee tee kaˇ-la~-mang

長臂猿敲打水盆。

備註 泰文句子的寫法字詞之間不會有空格，但為了幫助學習者拼音，本書在每一個語詞之間空了一格，以方便學習者的方式編寫。

唷呀小叮嚀

請照著MP3錄音檔多多練習拼音，發音一定會進步的！繼續努力！

恭喜你！學會了◌ะ（ㄚˋ）韻母的拼音

การทักทาย

問候

MP3-117

คุณ สบายดี ไหม?

kʰun saˇ-bai-dee mai´?

你好嗎？

ฉัน สบายดี ค่ะ ขอบคุณ

cʰan´ saˇ-bai-dee kha` kʰorbˇ kʰun

我很好，謝謝你。

ผม ปวด หัว ไม่ ค่อย สบาย ครับ

pʰom´ puadˇ hua´ mai` kʰoi` saˇ-bai kʰrab

我頭痛，不太舒服。

ตัวเลขไทย

美麗的泰文數字

MP3-118

阿拉伯數字	泰文數字	讀音	
		泰文發音	類似中英文發音
0	๐	ศูนย์	ㄙㄨㄣˊ
1	๑	หนึ่ง	ㄋㄥˇ
2	๒	สอง	ㄙㄨㄥˊ
3	๓	สาม	ㄙㄚˇ ㄇㄨˇ
4	๔	สี่	ㄒㄧˇ
5	๕	ห้า	ㄏㄚˋ
6	๖	หก	ㄏㄡˊ ㄎ˙
7	๗	เจ็ด	ㄓㄟˇ
8	๘	แปด	ㄅㄟˇ

阿拉伯數字	泰文數字	讀音	
		泰文發音	類似中英文發音
9	๙	เก้า	ㄍㄠˋ
10	๑๐	สิบ	sibˇ
11	๑๑	สิบเอ็ด	sibˇ edˇ
21	๒๑	ยี่สิบเอ็ด	yee` sibˇ edˇ
22	๒๒	ยี่สิบสอง	yee` sibˇ sorng´
31	๓๑	สามสิบเอ็ด	sam´ sibˇ edˇ
100	๑๐๐	หนึ่งร้อย	nuengˇ roi~
1,000	๑,๐๐๐	หนึ่งพัน	nuengˇ phan
10,000	๑๐,๐๐๐	หนึ่งหมื่น	nuengˇ muenˇ
100,000	๑๐๐,๐๐๐	หนึ่งแสน	nuengˇ saen´
1,000,000	๑,๐๐๐,๐๐๐	หนึ่งล้าน	nuengˇ lan~

第八課 單音韻母 ◌ี 和 ◌ิ 的拼音法

一 สระ ◌ี [ee]拼音練習

（一）拼音練習——中音聲母

MP3-119

例 ดีเ唸做ดอ อี ดี（ㄉㄛ ㄧ ㄉㄧ）（dor-ee-dee）

聲韻調口訣 中 長 1聲（類似華語第1聲）

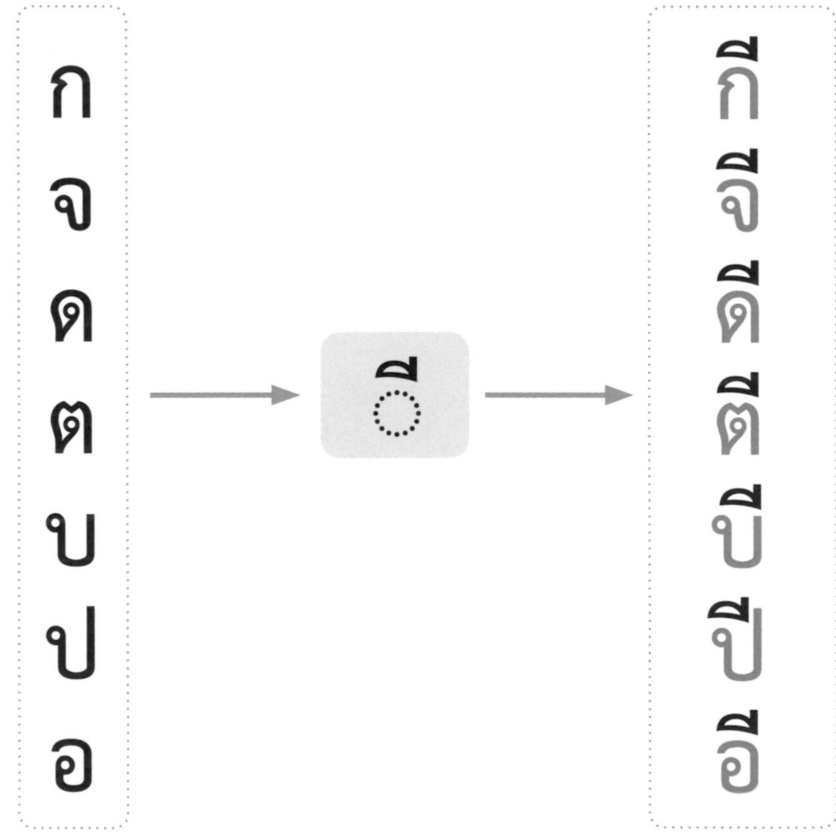

（二）拼音練習——高音聲母

MP3-120

例 ผี唸做ผอ อี ผี（ㄆㄛˊ 一 ㄆ一ˊ）（p^hor´-ee-p^hee´）

聲韻調口訣 高 長 5聲（類似華語第2聲）

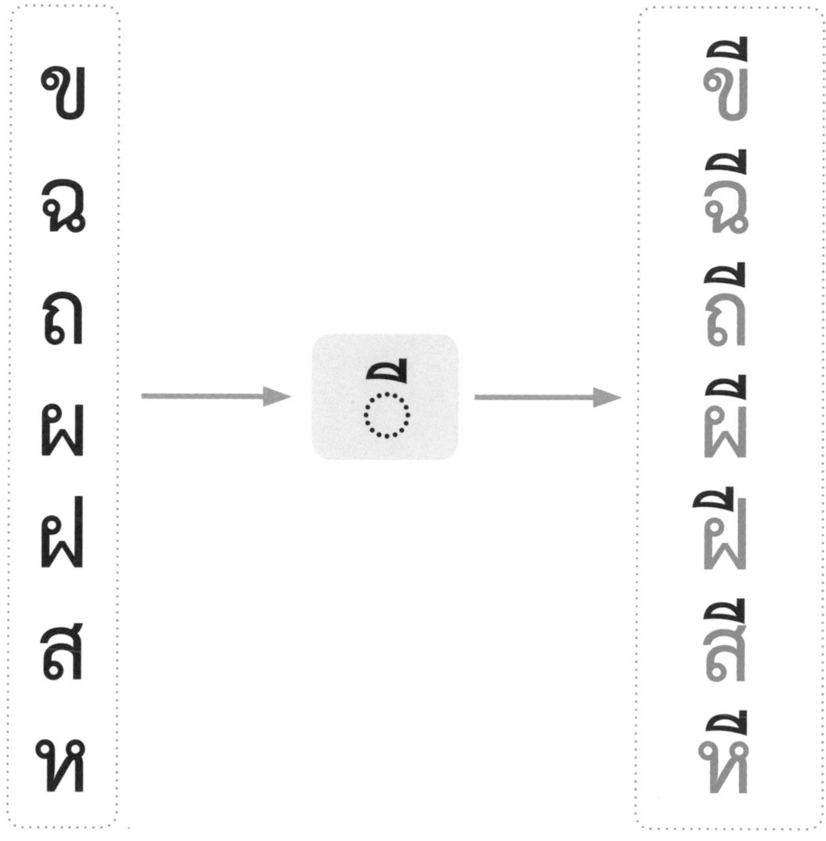

第八課

（三）拼音練習——低音聲母

MP3-121

例 มีแ唸做มอ อี มี（ㄇㄛ ㄧ ㄇㄧ）（mor-ee-mee）

聲韻調口訣 低 長 1聲（類似華語第1聲）

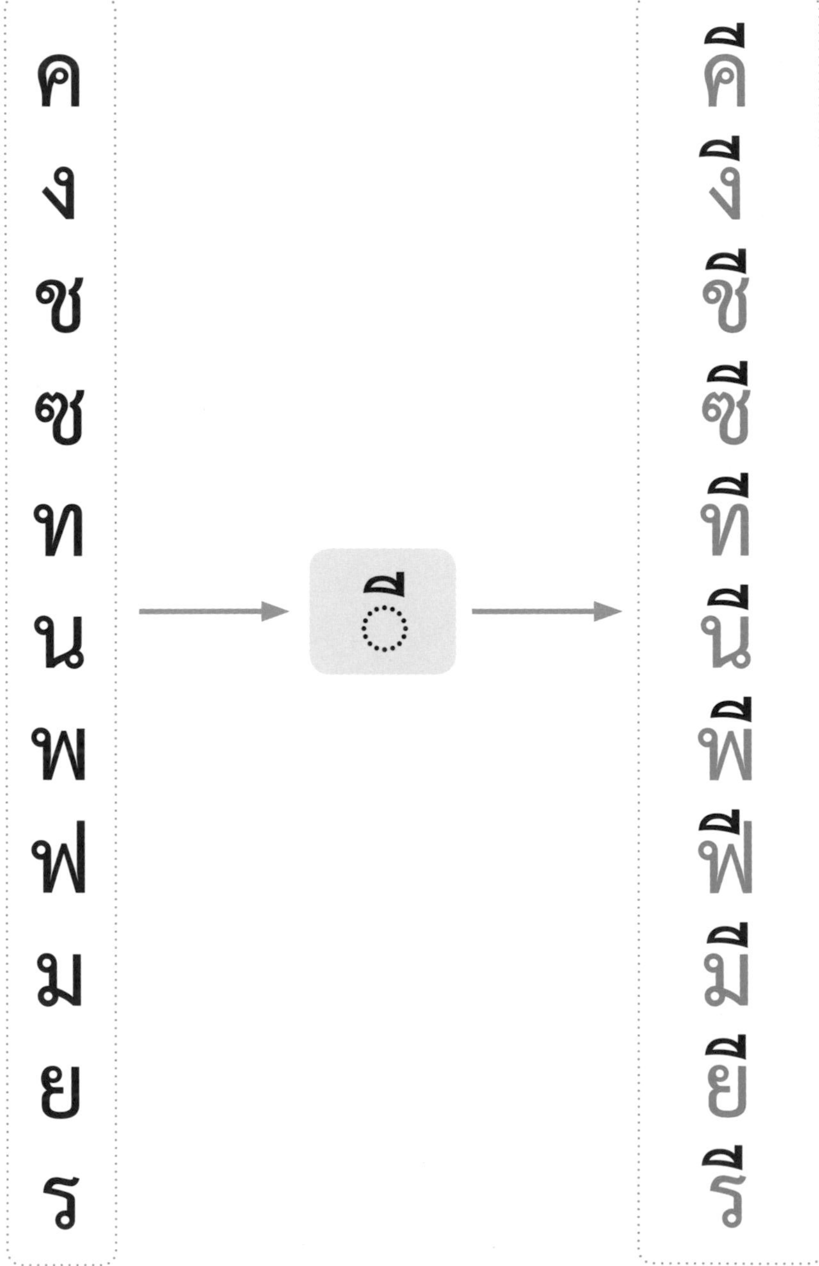

（四）คำศัพท์ 語詞練習

MP3-122

泰文	注音	拼音	中文
ตี	ㄉㄧ	tee	擊打
ผี	ㄆㄧˊ	p^hee´	鬼
กีฬา	ㄍㄧ ㄌㄚ	kee-la	運動
ทีวี		t^hee-wee	電視
อีกา	ㄧ ㄍㄚ	ee-ka	烏鴉
ทาสี	ㄊㄚ ㄒㄧˊ	t^ha-see´	漆油漆
ขี่	ㄎㄧˇ	k^heeˇ	騎
ตีน		teen	腳掌
ถีบ		t^heebˇ	踢
ปีน		peen	爬
พี่	ㄆㄧˋ	p^hee`	哥哥或姊姊
มีด	ㄇㄧˋ	meed`	刀子
เตารีด		tao reed`	熨斗
หวี		wee´	梳子
ดินสอสี	ㄉㄧㄣ ㄙㄛˊ ㄒㄧˊ	din sor´ see´	色筆
อีแร้ง		ee raeng~	禿鷹
หมี	ㄇㄧˊ	mee´	熊
รีบ		reeb`	趕快、趕緊

第八課

ปี ㄅㄧ pee 年	หนี ㄋㄧˊ nee´ 逃跑	นาที ㄋㄚ ㄊㄧ na t^{h}ee 分鐘
จีน jeen 中國	หีบเพลง heebˇ pleng 手風琴	พิธี ㄆㄧ~ ㄊㄧ p^{h}i~ t^{h}ee 儀式

（五）ฝึกอ่านประโยค 句子練習

MP3-123

❶ อา ชอบ ดู ทีวี

ar c^{h}orbˋ doo t^{h}ee-wee

叔叔（姑姑）喜歡看電視。

❷ ตาสี กลัว ผี

ta-see´ klua p^{h}ee´

席外公怕鬼。

備註 泰文句子的寫法字詞之間不會有空格，但為了幫助學習者拼音，本書在每一個語詞之間空了一格，以方便學習者的方式編寫。

唷呀小叮嚀
請照著MP3錄音檔多多練習拼音，發音一定會進步的！繼續努力！

二 สระ ◌ิ [i]拼音練習

（一）拼音練習——中音聲母

MP3-124

例 ติ唸做ตอ อิ ติ（ㄉㄛ ㄧ˙ ㄉㄧˇ）（tor-i-tiˇ）

聲韻調口訣 中 短 2聲（類似華語第3聲）

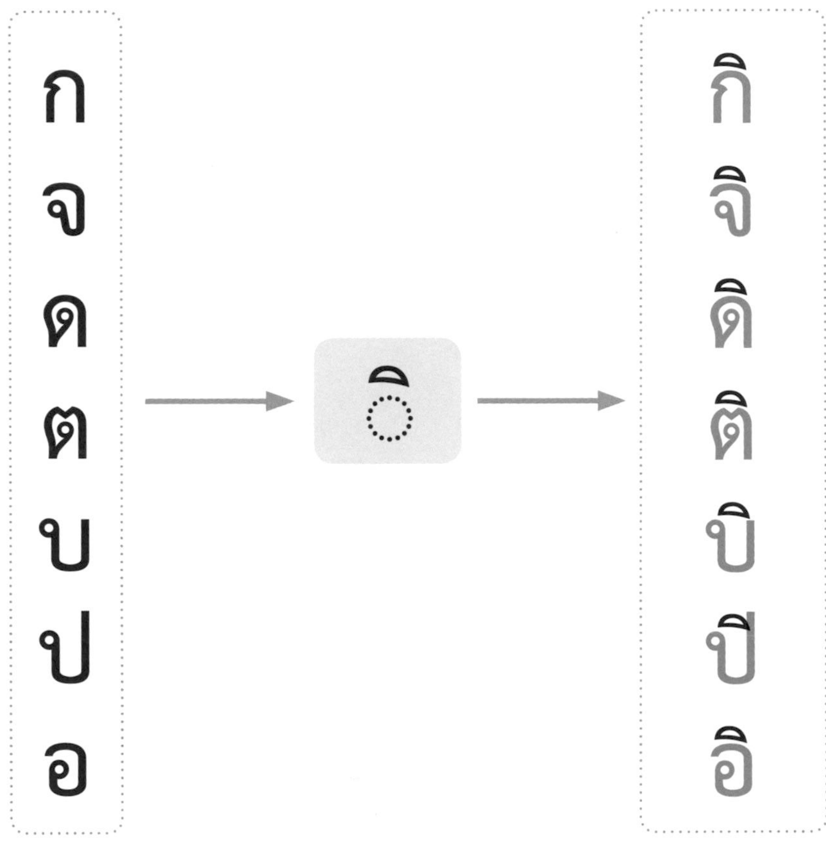

（二）拼音練習——高音聲母

MP3-125

例 ขิ唸做ขอ อิ ขิ（ㄎㄛˊ ㄧˋ ㄎㄧˇ）（kʰor´-i-kʰiˇ）

聲韻調口訣 高 短 2聲（類似華語第3聲）

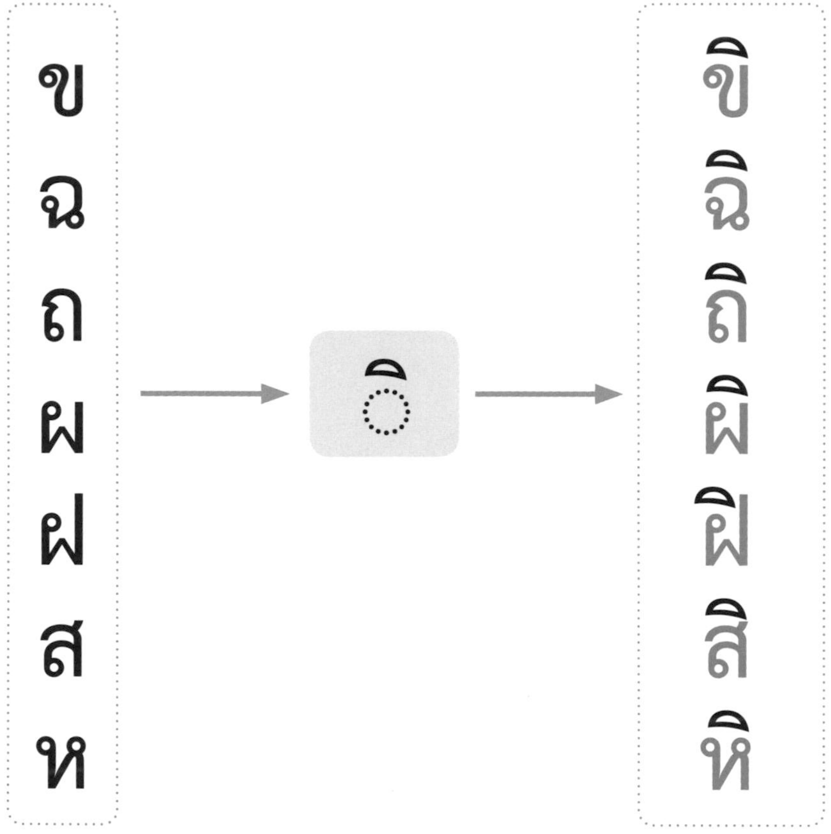

（三）拼音練習——低音聲母

MP3-126

例 มิ唸做มอ อิ มิ（ㄇㄛ ㄧˋ ㄇㄧ~）（mor-i-mi~）

聲韻調口訣 低 短 4聲（無對應華語聲調）

聲母		母音		拼音
ค				คิ
ง				งิ
ช				ชิ
ซ				ซิ
ท				ทิ
น	→	◌ิ	→	นิ
พ				พิ
ฟ				ฟิ
ม				มิ
ย				ยิ
ร				ริ

第八課

（四）คำศัพท์ 語詞練習

MP3-127

泰文	注音	拼音	中文
บิดา		biˇ da	父親
ศิลา	˙ㄒㄧ ㄌㄚ	siˇ la	石塊
นาฬิกา	ㄋㄚ ㄌㄧ~ ㄍㄚ	na li~ ka	鐘、錶
กิน		kin	吃
คิ้ว		k^{h}io~	眉毛
ซิป		sip~	拉鍊
ชิ้น	ㄑㄧㄣ~	c^{h}in~	塊（量詞）
ปิ้ง	ㄅㄧㄥˋ	ping`	烤
นิยาย		ni~ yai	小説
จิ้งจอก		jing` jorkˇ	狐狸
บิน		bin	飛
จิงโจ้		jing jo`	袋鼠
ยิง	ㄧㄥ	ying	射擊
วิตามิน		vi~ ta min	維他命
ได้ยิน	ㄉㄞˋ ㄧㄣ	dai` yin	聽到
ลิง	ㄌㄧㄥ	ling	猴子
ริมฝีปาก		rim fee´ pakˇ	嘴唇
ดิน	ㄉㄧㄣ	din	土

ยิ้ม yim~ 微笑	ลิ้น ㄌㄧㄣ~ lin~ 舌頭	ริน rin 倒（水）
ชิม c^{h}im 嚐一嚐	พิมพ์ p^{h}im 打字	ทับทิม t^{h}ab~ t^{h}im 石榴

（五）ฝึกอ่านประโยค 句子練習

MP3-128

❶ บิดา มี ตะปู

biˇ-da mee taˇ-poo

父親有釘子。

❷ บิดา กิน วิตามินซี

biˇ-da kin vi~ ta min see

父親吃維他命C。

備註 泰文句子的寫法字詞之間不會有空格，但為了幫助學習者拼音，本書在每一個語詞之間空了一格，以方便學習者的方式編寫。

唷呀小叮嚀
請照著MP3錄音檔多多練習拼音，發音一定會進步的！繼續努力！

第八課

恭喜你！學會了ิ（一˙）韻母的拼音

การซักถาม

詢問

MP3-129

คุณ เป็น คนไทย ใช่ ไหม?

kʰun pen kʰon tʰai cʰai` mai´?

你是泰國人嗎？

ใช่ ครับ ผม เป็น คนไทย

cʰai` kʰrab pʰom´ pen kʰon tʰai

是的，我是泰國人。

ไม่ ใช่ ค่ะ ฉัน เป็น คนไต้หวัน

mai` cʰai` kʰa` cʰan´ pen kʰon tai`-wan´

不是，我是臺灣人。

1 เจ็ดวันเจ็ดสี

七天七個顏色歌曲

MP3-130

สัปดาห์หนึ่งมีเจ็ดวัน หรือว่า 7 วันเรียกกันว่าเป็นหนึ่งสัปดาห์

sabˇ-da nuengˇ mee jedˇ wan rue´ wa` jedˇ wan riak` kan wa` pen nuengˇ sabˇ-da

一週有七天，或說七天叫做一週。

ก็อยากให้เธอได้รู้ อยากให้เธอเข้าใจ ว่ามีสีอะไรมาอยู่คู่กันถึงเจ็ดวัน

kor` yakˇ hai` tʰer dai` roo~ yakˇ hai` tʰer kʰao` jai wa` mee see´ aˇ-rai ma yooˇ kʰoo` kan tʰueng´ jedˇ wan

想讓你知道，想讓你明白，哪些顏色能排列成七天呢？

วันอาทิตย์สีแดง

wan ar-tʰid~ see´ daeng

星期日是紅色。

วันจันทร์นั้นสีเหลืองช่างสดใส

wan jan nan~ see´ lueang´ cʰang` sodˇ sai´

星期一是最鮮豔的黃色。

วันอังคารสีชมพูอารมณ์ดียิ่งกว่าวันไหน

wan ang-kʰan see´ cʰom pʰoo ar-rom dee ying` kwaˇ wan nai´

星期二是粉紅色，心情好的無比。

วันพุธสีเขียวน่าหลงไหล

wan pʰud~ see´ kʰiao´ na` long´ lai´

星期三是綠色，非常迷人。

วันพฤหัสบดีสีส้ม

wan pʰa~ rue~ hadˇ saˇ bor dee see´ som`

星期四是橘色。

วันศุกร์นั้นอยู่คู่กับสีฟ้า

wan sukˇ nan~ yooˇ kʰoo` kabˇ see´ fa~

星期五與天藍色真是絕配。

วันเสาร์นั้นวันสนุก มีสีม่วงคู่กันนะคะ ก็ครบเจ็ดวันเจ็ดสี

wan sao´ nan~ wan saˇ-nukˇ mee see´ muang` kʰoo` kan na~ kʰa~

kor` kʰrob~ jedˇ wan jedˇ see´

星期六搭配著紫色，好開心。這樣就剛好七天七個顏色了。

2 ชื่อ, สีและพระประจำวัน

泰語星期名稱、幸運顏色、代表佛像

星期日	名稱	วันอาทิตย์ wan ar-t^hid~
	幸運顏色	สีแดง see´ daeng
	代表佛像	ปางถวายเนตร （成道佛祖）
星期一	名稱	วันจันทร์ wan jan
	幸運顏色	สีเหลือง see´ lueang´
	代表佛像	ปางห้ามสมุทร （平定佛祖）
星期二	名稱	วันอังคาร wan ang-k^han
	幸運顏色	สีชมพู see´ c^hom p^hoo
	代表佛像	ปางโปรดอสุรินทราหู (ปางไสยาสน์) （涅槃佛祖）

第八課

星期三	名稱	วันพุธ wan pʰud~
	幸運顏色	สีเขียว see´ kʰiao´
	代表佛像	ปางอุ้มบาตร （托缽佛祖） ปางปาลิไลย์ （禪定座佛）
星期四	名稱	วันพฤหัสบดี wan pʰa~ rue~ hadˇ saˇ bor dee
	幸運顏色	สีส้ม see´ som`
	代表佛像	ปางสมาธิหรือปางตรัสรู้ （冥想佛祖）
星期五	名稱	วันศุกร์ wan sukˇ
	幸運顏色	สีฟ้า see´ fa~
	代表佛像	ปางรำพึง （內觀佛祖）
星期六	名稱	วันเสาร์ wan sao´
	幸運顏色	สีม่วง see´ muang`
	代表佛像	ปางนาคปรก （蛇神護法佛祖）

第九課 單音韻母ื和ึ的拼音法

一 สระ ื [ue]拼音練習

（一）拼音練習——中音聲母

MP3-131

例 ตือ唸做ตอ อือ ตือ（tor-ue-tue）

聲韻調口訣 中 長 1聲（類似華語第1聲）

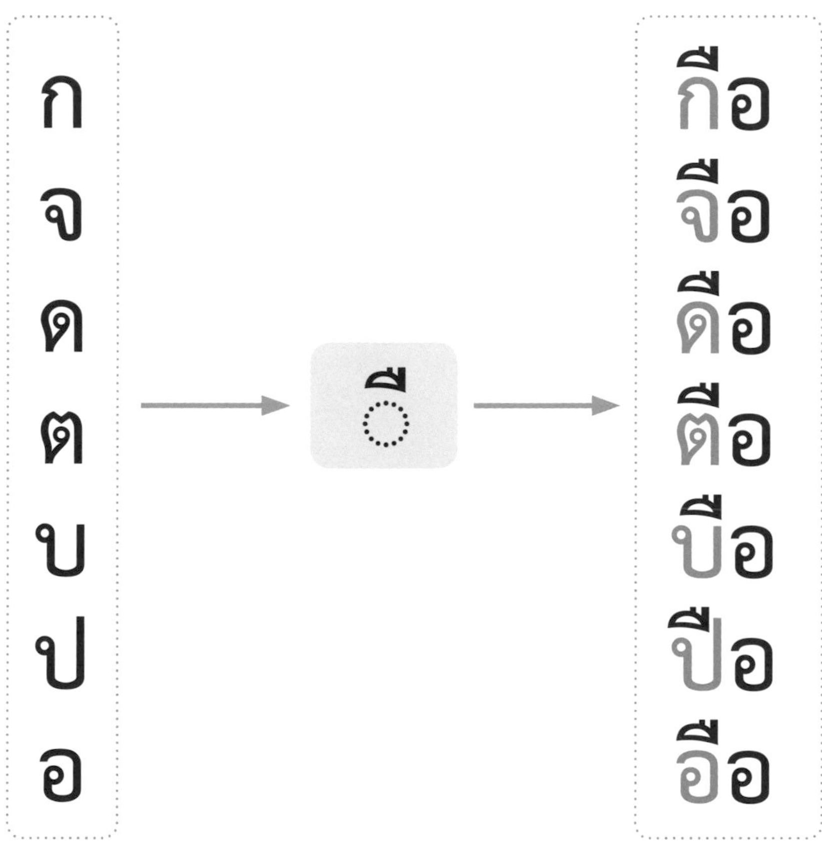

備註 單音韻母「ื」與前一組的單音韻母「ึ」的寫法非常接近，為了避免混淆，因此在簡單的拼音（聲母＋韻母「ื」）時，會直接在後面加上「อ」字，以區別於韻母「ึ」的拼音。若是聲母＋韻母「ื」＋結尾音，就將「อ」字換成該結尾音的字母，例如：聲母「ม」＋韻母「ื」＋結尾音「ด」＝「มืด」（黑暗）。

第九課

（二）拼音練習——高音聲母

MP3-132

例 ถือ唸做ถอ อือ ถือ（t^hor´-ue-t^hue´）

聲韻調口訣 高 長 5聲（類似華語第2聲）

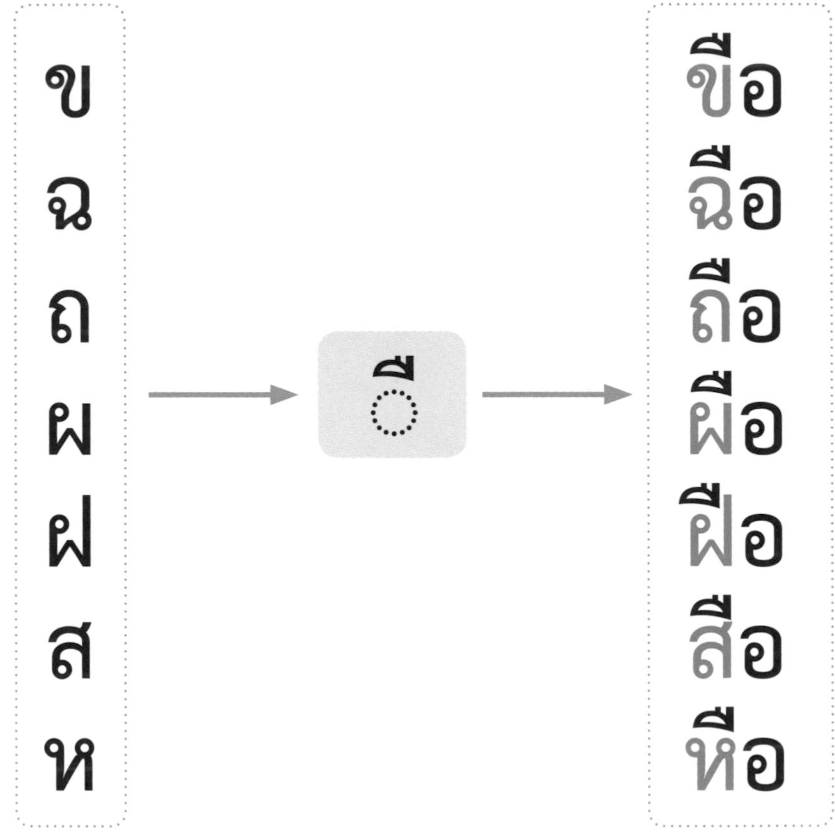

（三）拼音練習——低音聲母

MP3-133

例 คือ唸做คอ อือ คือ（kʰor-ue-kʰue）

聲韻調口訣 低 長 1聲（類似華語第1聲）

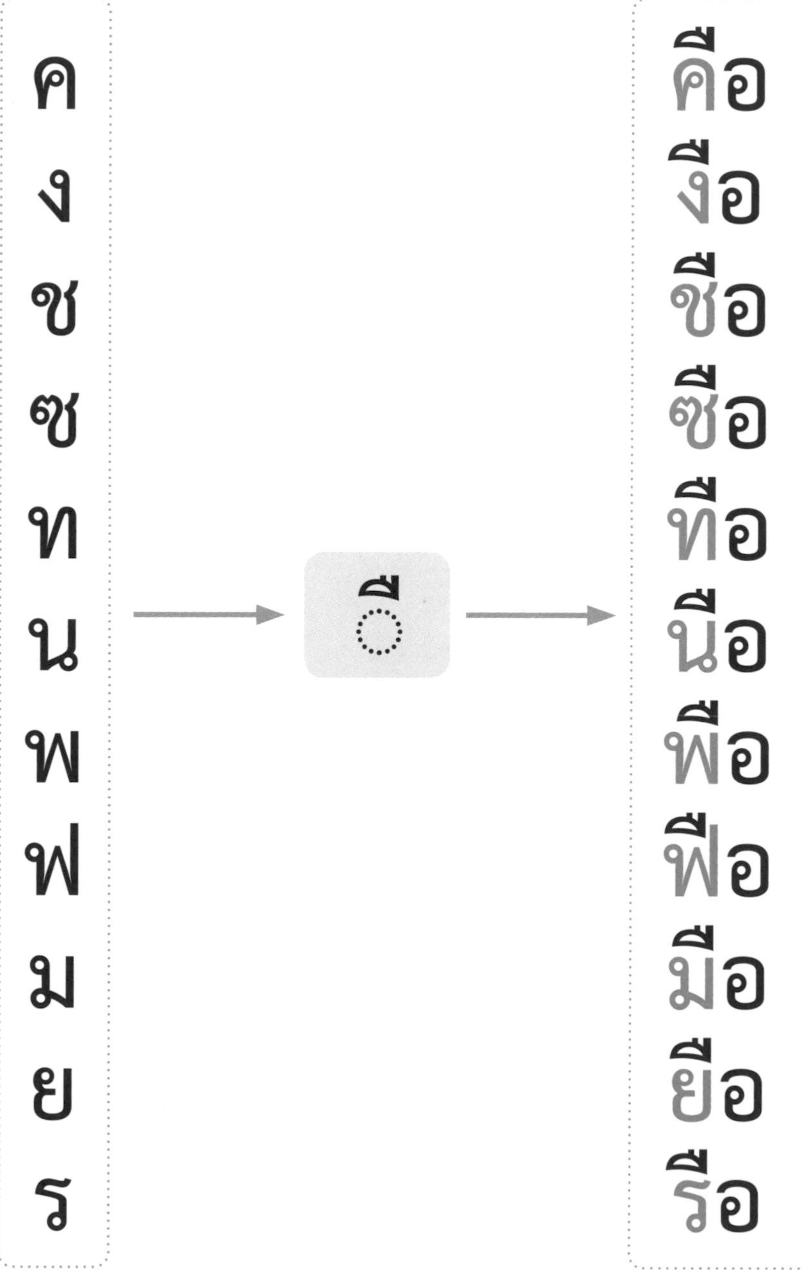

第九課

（四）คำศัพท์ 語詞練習

MP3-134

สะดือ sa˘ due 肚臍	มือ mue 手	ถือกา tʰue´ ka 提著水壺
กลางคืน klang kʰuen 夜晚	ซื้อ ㄙ~ sue~ 買（東西）	ชื่อ ㄔˋ cʰue` 名字
ดื่ม duem˘ 喝	ดื้อ due` 倔強	ตื่น tuen˘ 起床
พื้น pʰuen~ 地板	มืด mued` 黑暗	ฟืน fuen 柴
ตื่นเต้น tuen˘ ten` 興奮	ยืน yuen 站立	ปืน puen 槍
ลื่นล้ม luen` lom~ 滑倒	สืบสวน sueb˘ suan´ 調查	นับถือ nab~ tʰue´ 尊重

รื่นเริง	กระทืบ	ยืดเส้นยืดสาย
ruen` rerng	kraˇ tʰueb`	yued` sen` yued` sai´
快樂	踩踏、踐踏	伸展
สื่อสาร	ปืนใหญ่	ยื่นมือ
sueˇ san´	puen yaiˇ	yuen` mue
傳達、傳遞	大砲	伸手

(五) ฝึกอ่านประโยค 句子練習

MP3-135

❶ สุดา ถือ ตำรา มา

suˇ-da tʰue´ tam-ra ma

蘇搭拿著課本來。

❷ เขา ใช้ ฟืน ก่อ ไฟ

kʰao´ cʰai~ fuen korˇ fai

他用柴生火。

備註 泰文句子的寫法字詞之間不會有空格，但為了幫助學習者拼音，本書在每一個語詞之間空了一格，以方便學習者的方式編寫。

唷呀小叮嚀

請照著MP3錄音檔多多練習拼音，發音一定會進步的！繼續努力！

恭喜你！學會了◌ือ韻母的拼音

二 สระ ึ [ue]拼音練習

（一）拼音練習——中音聲母

MP3-136

例 ตึ唸做ตอ อึ ตึ（tor-ue-tueˇ）

聲韻調口訣 中 短 2聲（類似華語第3聲）

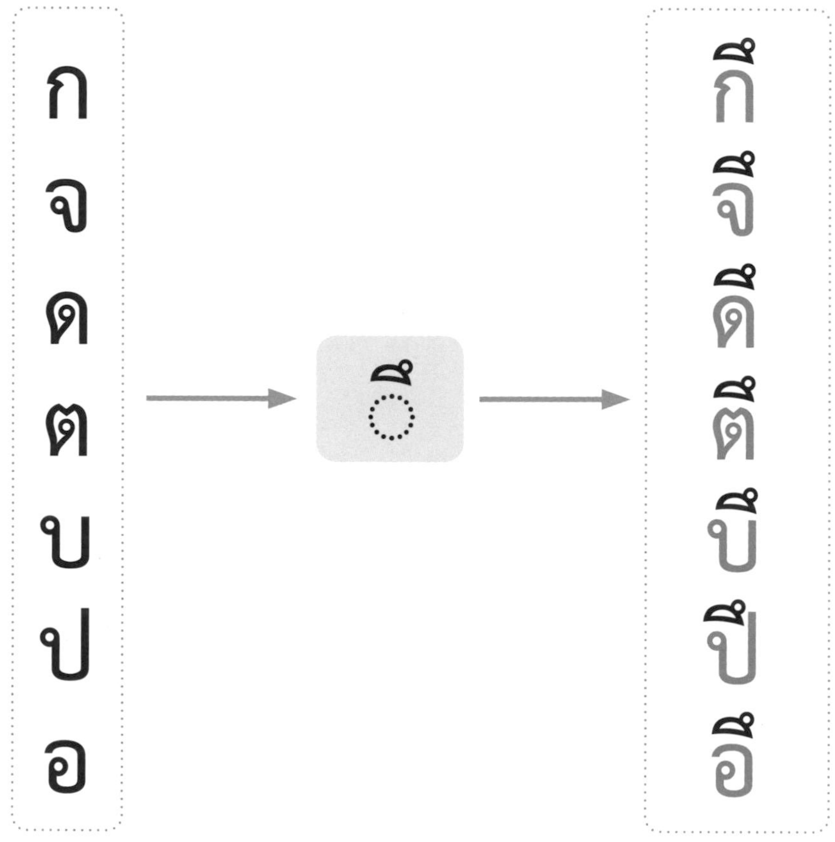

（二）拼音練習——高音聲母

MP3-137

例 หึ唸做หอ อึ หึ（hor´-ue-hueˇ）

聲韻調口訣 高 短 2聲（類似華語第3聲）

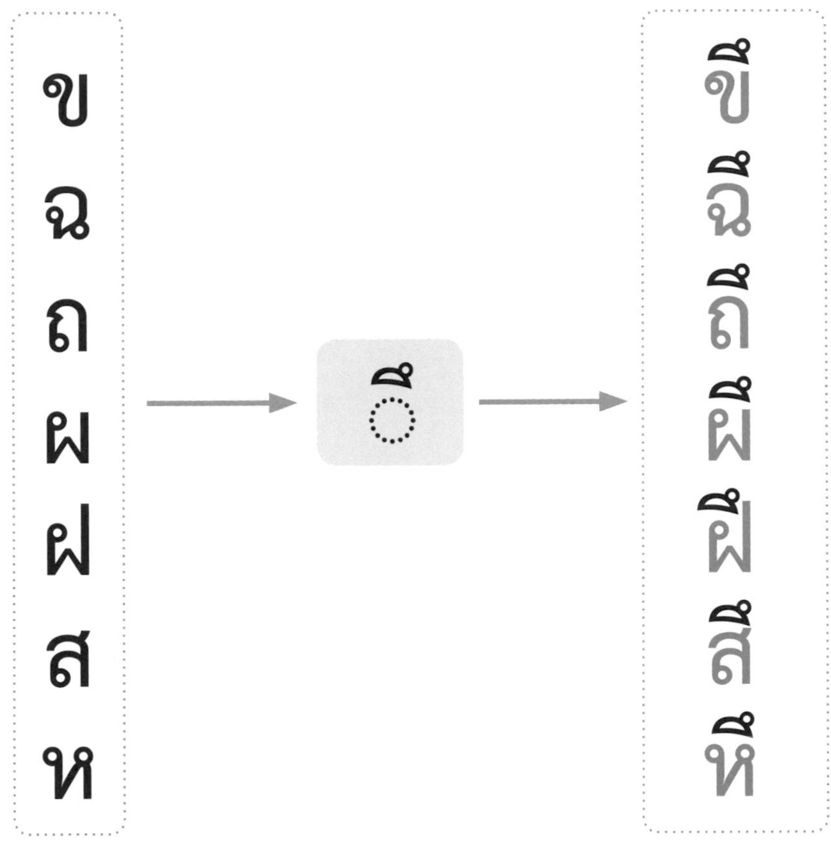

第九課

（三）拼音練習——低音聲母

MP3-138

例 รึ唸做รอ อึ รึ（ror-ue-rue~）

聲韻調口訣 低 短 4聲（無對應華語聲調）

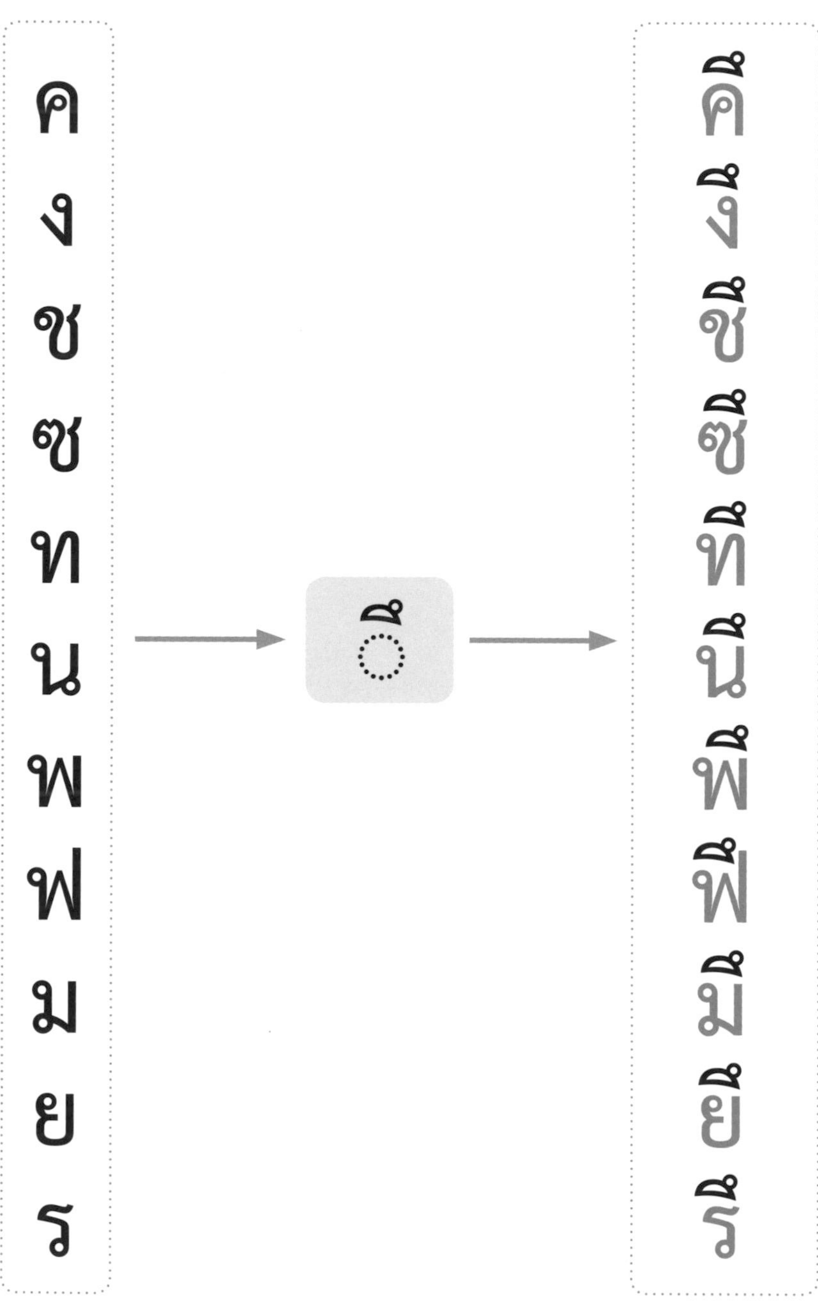

恭喜你！學會了◌ึ韻母的拼音

อาหาร

關於食物

MP3-139

สวัสดี ครับ

saˇ-wadˇ-dee kʰrab

妳好！

สวัสดี ค่ะ

saˇ-wadˇ-dee kʰa`

你好！

เที่ยงนี้ คุณ อยาก กิน อะไร ครับ?

tʰiang` nee~ kʰun yakˇ kin aˇ-rai kʰrab

今天中午妳想吃什麼？

ฉัน อยาก กิน ต้มยำกุ้ง ค่ะ

cʰan´ yakˇ kin tom`-yam-kung` kʰa`

我想吃酸辣蝦湯。

第九課

คำศัพท์เพิ่มเติม 補充語詞練習

MP3-140

ต้มยำกุ้ง tom` yam kung` 酸辣蝦湯	ข้าวผัด ㄎㄠˋ ㄆㄚ˙ kʰao` pʰadˇ 炒飯
กะเพราหมู kaˇ-pʰrao mooˊ 打抛豬	ส้มตำ som` tam 泰式木瓜絲
ทอดมันปลา tʰord` man pla 炸魚餅	ข้าวขาหมู ㄎㄠˋ ㄎㄚˊ ㄇㄨˊ kʰao` kʰaˊ mooˊ 豬腳飯
ยำมะม่วง yam ma~ muang` 涼拌芒果	ผัดไทย ㄆㄚ˙ ㄊㄞ pʰadˇ tʰai 泰式炒麵
ราดหน้า ㄌㄚˋ ㄋㄚˋ rad` na` 泰式打滷麵	ก๋วยเตี๋ยว ㄍㄨㄞˊ ㄉㄧㄠˊ kuaiˊ tiaoˊ 粿仔條

1 สิบสองเดือนเป็นหนึ่งปี

12 個月歌曲

MP3-141

1 ปี นั้นมี 12 เดือน เด็ก ๆ จำให้ดี

nuengˇ pee nan~ mee sibˇ sorng´ duean dekˇ dekˇ jam hai` dee

1年有12個月，小朋友要牢記。

1. มกราคม 2. กุมภาพันธ์ 3. มีนาคม

nuengˇ ma~-kaˇ-ra-kʰom sorng´ kum-pʰa-pʰan sam´ mee-na-kʰom

1月ma~-kaˇ-ra-kʰom、2月kum-pʰa-pʰan、3月mee-na-kʰom。

4. เมษายน 5. พฤษภาคม 6. มิถุนายน

seeˇ me-sa´-yon ha` pʰrued~-saˇ-pʰa-kʰom hokˇ mi~-tʰuˇ-na-yon

4月me-sa´-yon、5月pʰrued~-saˇ-pʰa-kʰom、6月mi~-tʰuˇ-na-yon。

ครบ 6 เดือนเป็นครึ่งปี

kʰrob~ hokˇ duean pen kʰrueng` pee

滿6個月算半年。

1 ปี นั้นมี 12 เดือน เด็ก ๆ จำให้ดี

nuengˇ pee nan~ mee sibˇ sorng´ duean dekˇ dekˇ jam hai` dee

1年有12個月，小朋友要牢記。

7. กรกฎาคม 8. สิงหาคม 9. กันยายน

jedˇ kaˇ-ra~-kaˇ-da-kʰom paedˇ sing´-ha´-kʰom kao` kan-ya-yon

7月kaˇ-ra-kaˇ-da-kʰom、8月sing´-ha´-kʰom、9月kan-ya-yon。

第九課

10. ตุลาคม 11. พฤศจิกายน 12. ธันวาคม

sibˇ tuˇ-la-kʰom sibˇ edˇ pʰrued~-saˇ-jiˇ-ka-yon sibˇ sorng´ tʰan-wa-kʰom

10月tuˇ-la-kʰom、11月pʰrued~-saˇ-jiˇ-ka-yon、12月tʰan-wa-kʰom。

ครบ 12 เดือนเป็น 1 ปี

kʰrob~ sibˇ sorng´ duean pen nuengˇ pee

滿12個月算1年。

2 ชื่อ, เพชรพลอยและพระประจำเดือน

泰語的月份名稱、幸運寶石、代表佛像

1月	名稱	มกราคม ma~-kaˇ-ra-kʰom
	幸運寶石	โกเมน 石榴石
	代表佛像	ปางปลงกัมมัฏฐาน （拉提裏屍布姿態）
2月	名稱	กุมภาพันธ์ kum-pʰa-pʰan
	幸運寶石	พลอย 紫水晶
	代表佛像	ปางชี้มาร （指出魔羅姿態）
3月	名稱	มีนาคม mee-na-kʰom
	幸運顏色	อะความารีน 海藍寶
	代表佛像	ปางประทานโอวาท （傳授教誡姿態）
4月	名稱	เมษายน me-sa´-yon
	幸運顏色	เพชร 鑽石
	代表佛像	ปางนาคาวโลก （告別昆舍離姿態）

第九課

5月	名稱	พฤษภาคม pʰrued~-saˇ-pʰa-kʰom
	幸運顏色	มรกต 翡翠
	代表佛像	ปางคันธารราฏ （祈雨姿態）
6月	名稱	มิถุนายน mi~-tʰuˇ-na-yon
	幸運顏色	ไข่มุก 珍珠
	代表佛像	ปางมารวิชัย （降魔姿態）
7月	名稱	กรกฎาคม kaˇ-ra-kaˇ-da-kʰom
	幸運顏色	ทับทิม 紅寶石
	代表佛像	ปางเรือนแก้ว （寶屋姿態）
8月	名稱	สิงหาคม sing´-ha´-kʰom
	幸運顏色	เพอริโด 橄欖石
	代表佛像	ปางปฐมเทศนา （佛陀首次宣道姿態）

9月	名稱	กันยายน kan-ya-yon
	幸運顏色	แซฟไฟร์ 藍寶石
	代表佛像	ปางภัตกิจ （飲食姿態）
10月	名稱	ตุลาคม tuˇ-la-kʰom
	幸運顏色	โอปอล 蛋白石
	代表佛像	ปางประดิษฐาน รอยพระพุทธบาท （留存足印姿態）
11月	名稱	พฤศจิกายน pʰrued~-saˇ-jiˇ-ka-yon
	幸運顏色	ซิทริน 黃水晶
	代表佛像	ปางลีลา （行走姿態）
12月	名稱	ธันวาคม tʰan-wa-kʰom
	幸運顏色	โทแพซ 藍色托帕石
	代表佛像	ปางประทานอภัย （寬恕姿態）

第十課 單音韻母◌ู和◌ุ的拼音法

一 สระ ◌ู [oo]拼音練習

（一）拼音練習——中音聲母

MP3-142

例 งู唸做งอ อู งู（ngor-oo-ngoo）

聲韻調口訣 中 長 1聲（類似華語第1聲）

中音聲母		韻母		拼音
ก	→	◌ู	→	กู
จ				จู
ด				ดู
ต				ตู
บ				บู
ป				ปู
อ				อู

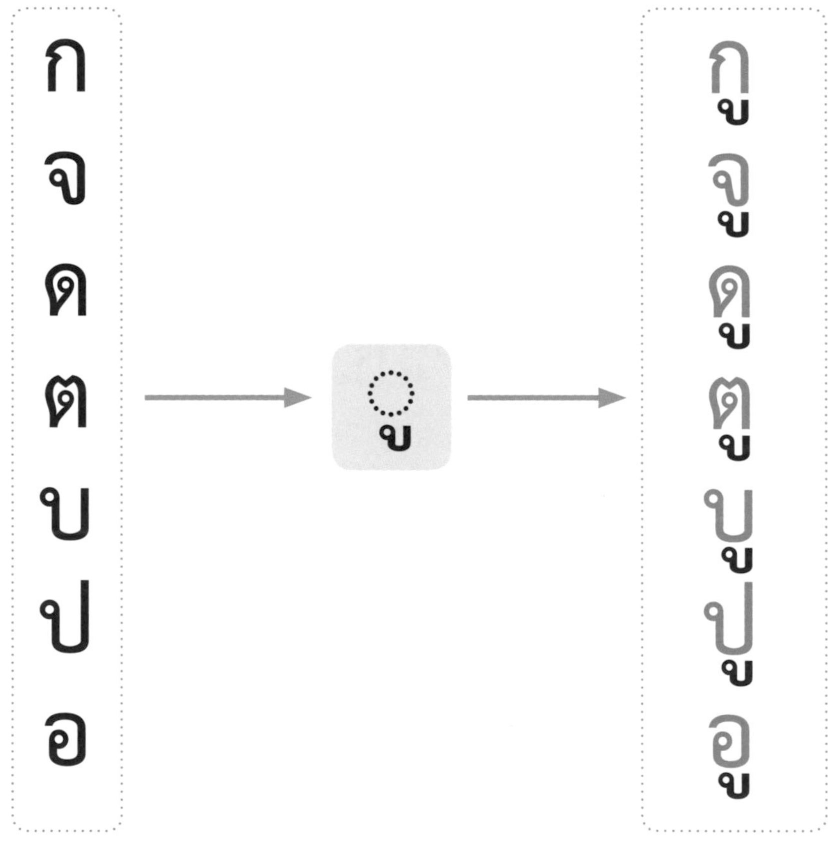

（二）拼音練習——高音聲母

MP3-143

例 หู唸做หอ อู หู（ㄏㄛˊ ㄨ ㄏㄨˊ）（hor´-oo-hoo´）

聲韻調口訣 高 長 5聲（類似華語第2聲）

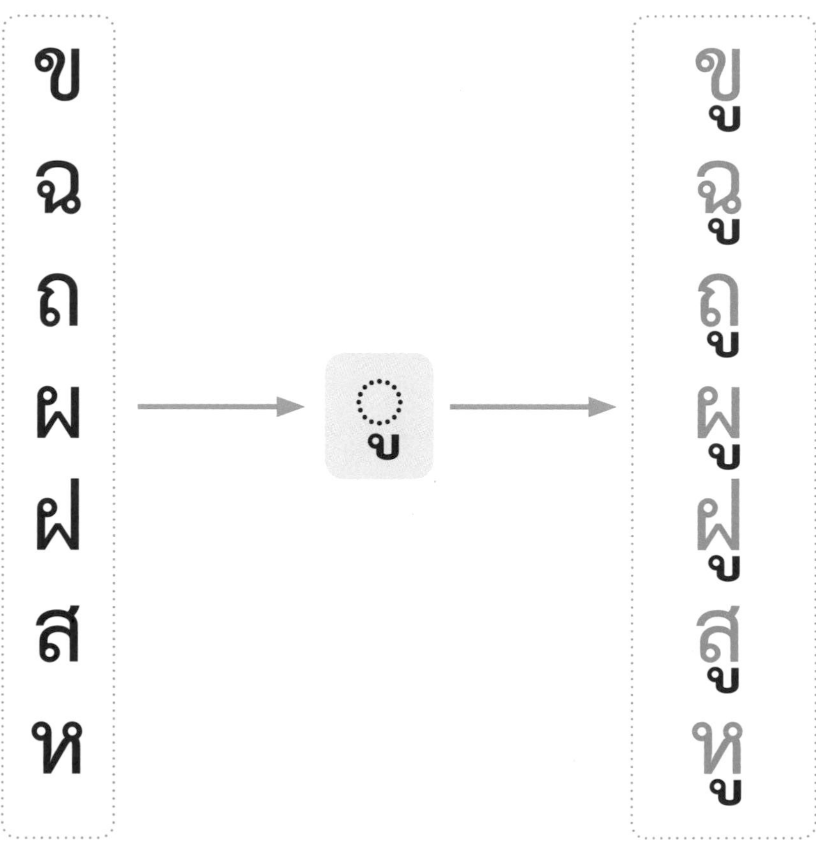

（三）拼音練習——低音聲母

MP3-144

例 คู唸做คอ อู คู（ㄎㄛ ㄨ ㄎㄨ）（kʰor-oo-kʰoo）

聲韻調口訣 低 長 1聲（類似華語第1聲）

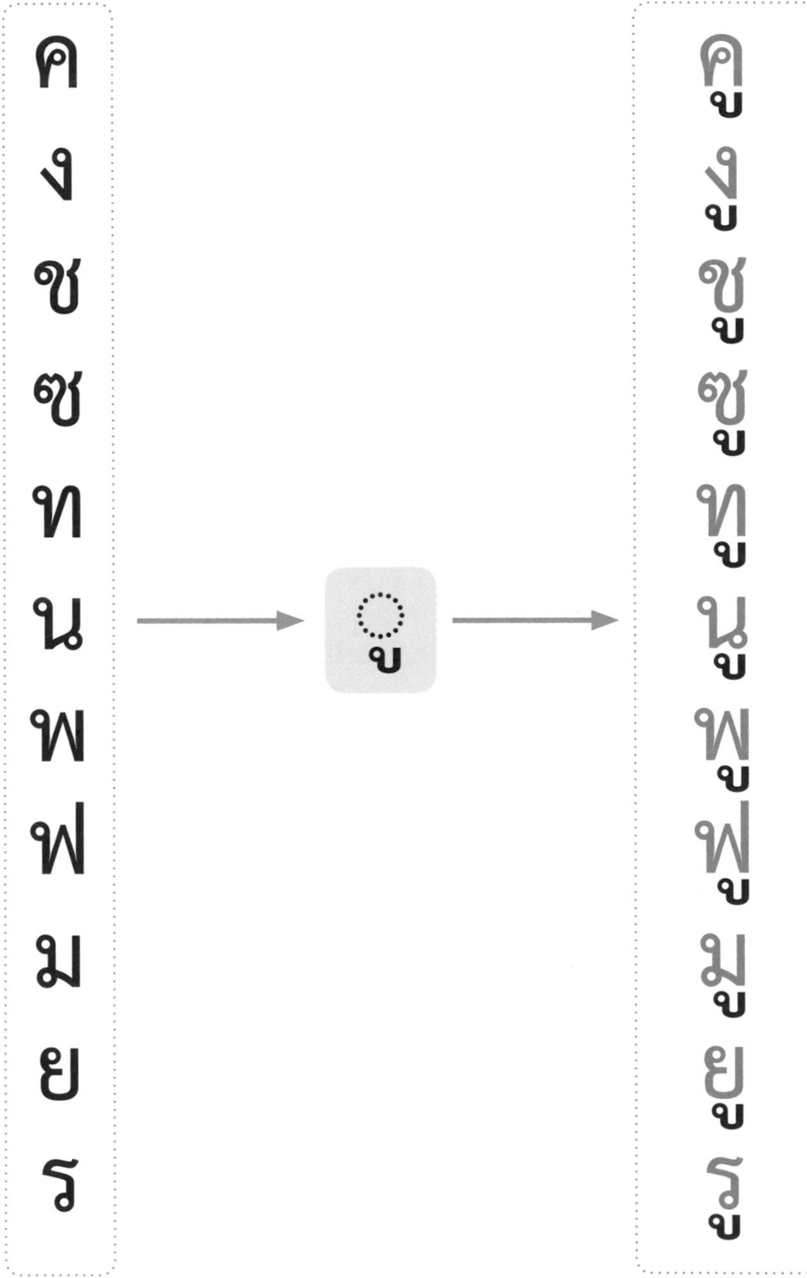

（四）คำศัพท์ 語詞練習

MP3-145

ปู ㄅㄨ poo 螃蟹	ดู ㄉㄨ doo 看著、閱讀	รู roo 洞
หู ㄏㄨˊ hoo´ 耳朵	คู ㄎㄨ kʰoo 水溝	ครู kʰroo 老師
ตู้ ㄉㄨˋ too` 櫃子	ปูน poon 水泥	ปู่ ㄅㄨˇ pooˇ 爺爺
บูชา boo cʰa 敬奉（神）	นกยูง nok~ yoong 孔雀	สูตรคูณ soodˇ kʰoon 九九乘法
สูง soong´ 高	ธูป tʰoob` （拜拜用的）香	ลูก ㄌㄨˋ ˙ㄎ look` 小孩
จูง joong 牽著	ศูนย์ ㄙㄨㄣˊ soon´ 零（數字）	รูปภาพ roob` pʰab` 圖像、圖畫、照片

第十課

หนู ㄋㄨˊ noo´ 老鼠	ฝูงคน foong´ kʰon 群眾	ฟูก ㄈㄨˋ ㄎ fook` 床墊
ปลูก ㄅㄌㄨˇ plookˇ 種植	คู่รัก ㄎㄨˋ ㄌㄚ ㄎ kʰoo` rak~ 情侶	คูปอง kʰoo porng 優惠券

（五）ฝึกอ่านประโยค 句子練習

MP3-146

❶ คุณปู่ จับ งู ได้

kʰun pooˇ jabˇ ngoo dai`

爺爺抓到蛇。

❷ อา ซื้อ คูปอง อาหาร

ar sue~ kʰoo porng ar-han´

叔叔（姑姑）買餐券優惠券。

備註 泰文句子的寫法字詞之間不會有空格，但為了幫助學習者拼音，本書在每一個語詞之間空了一格，以方便學習者的方式編寫。

唷呀小叮嚀

請照著MP3錄音檔多多練習拼音，發音一定會進步的！繼續努力！

恭喜你！學會了ู韻母的拼音

二 สระ ุ [u]拼音練習

（一）拼音練習——中音聲母

MP3-147

例 ดุ唸做ดอ อุ ดุ（ㄉㄛ ㄨˋ ㄉㄨˇ）（dor-u-duˇ）

聲韻調口訣 中 短 2聲（類似華語第3聲）

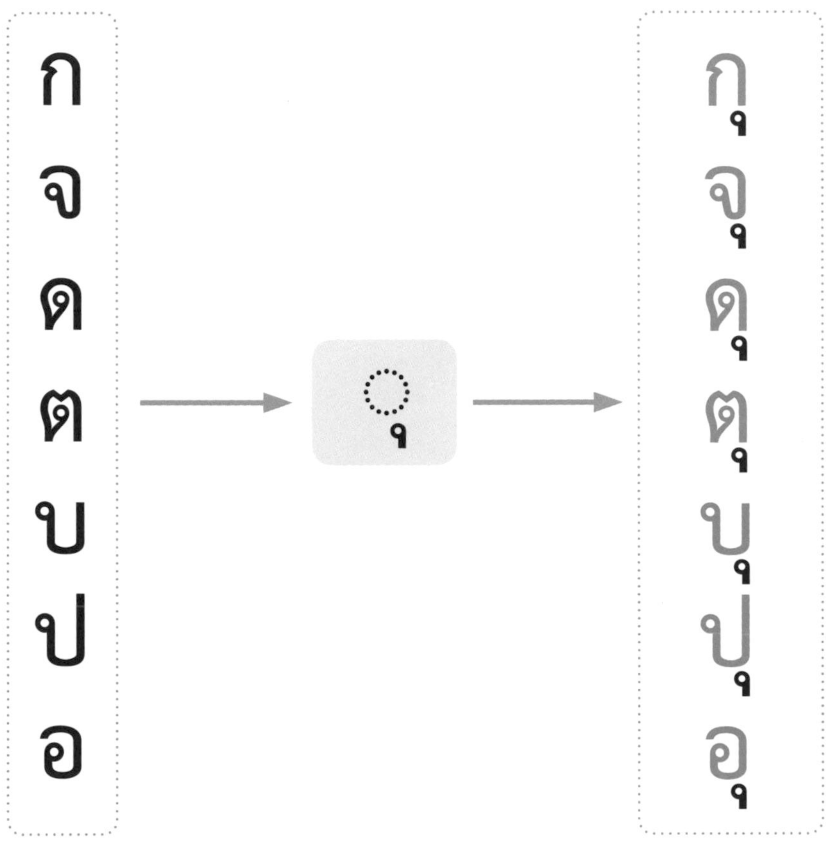

第十課

（二）拼音練習——高音聲母

MP3-148

例 ผุ唸做ผอ อุ ผุ（ㄆㄛˊ ㄨ˙ ㄆㄨˇ）（pʰorˊ-u-pʰuˇ）

聲韻調口訣 高 短 2聲（類似華語第3聲）

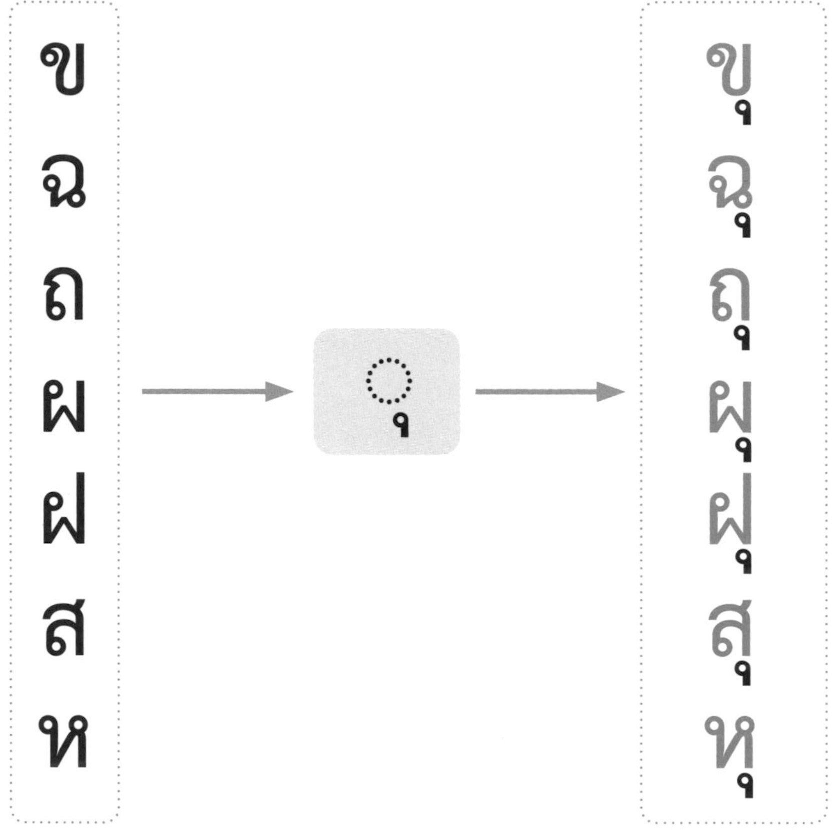

（三）拼音練習——低音聲母

MP3-149

例 มุ唸做มอ อุ มุ（ㄇㄛ ㄨˋ ㄇㄨ~）（mor-u-mu~）

聲韻調口訣 低 短 4聲（無對應華語聲調）

ค	→ ◌ุ →	คุ
ง		งุ
ช		ชุ
ซ		ซุ
ท		ทุ
น		นุ
พ		พุ
ฟ		ฟุ
ม		มุ
ย		ยุ
ร		รุ

第十課

（四）คำศัพท์ 語詞練習

MP3-150

泰文	注音	拼音	中文
ผุพัง	˙ㄆㄨ ㄆㄤ	p^huˇ p^hang	腐蝕
กุญแจ		kun jae	鑰匙
สุรา	˙ㄙㄨ ㄌㄚ	suˇ ra	酒
พายุ		p^ha yu~	風暴
ฉุกเฉิน		c^hukˇ c^hern´	緊急
ชุมนุม		c^hum num	聚集
ตุ้มหู		tum` hoo´	耳環
ตุ่น	ㄉㄨㄣˇ	tunˇ	鼴鼠
ทุกข์ใจ	ㄊㄨ~ ㄓㄞ	t^huk~ jai	擔心
ทุ่งนา	ㄊㄨㄥˋ ㄋㄚ	t^hung` na	田野
เงินทุน		ngern t^hun	資本
บุฟเฟ่ต์		bub~ fe`	自助餐
บุหรี่		buˇ reeˇ	菸
ฟุตบอลล์		fud~ born	足球
ฟุตปาร์ต		fud~ padˇ	人行道
มุม		mum	角
มุสลิม		mud~ saˇ lim	穆斯林
ยุง		yung	蚊子

น้ำพุ	ลุง ㄌㄨㄥ	ปลุก ㄅㄌㄨㄨ˙
nam~ pʰu~	lung	pluk˘
噴泉	伯父	喚醒
สุก ㄙㄨ˙ㄎ˙	รุกฆาต	อาวุธ
suk˘	ruk~ kʰad`	ar wud~
熟	（棋戲）將軍	武器

（五）ฝึกอ่านประโยค 句子練習

MP3-151

1 ตาสา ทำ กุญแจ หาย

ta-sa´ tʰam kun jae hai´

啥外公弄丟鑰匙。

2 ลุง สูบ บุหรี่ ทุก วัน

lung soob˘ bu˘-ree˘ tʰuk~ wan

伯父每天抽菸。

備註 泰文句子的寫法字詞之間不會有空格，但為了幫助學習者拼音，本書在每一個語詞之間空了一格，以方便學習者的方式編寫。

唷呀小叮嚀

請照著MP3錄音檔多多練習拼音，發音一定會進步的！繼續努力！

第十課

สถานที่และทิศทาง

地點 / 方向

MP3-152

ขอโทษ ครับ ห้องน้ำ ชาย อยู่ ทาง ไหน?

k^{h}or´ t^{h}od` k$^h$rab horng` nam~ c^{h}ai yoo˘ t^{h}ang nai´

對不起！男廁在哪裡？

ห้องน้ำ ชาย อยู่ ทาง ซ้ายมือ ค่ะ

horng` nam~ c$^h$ai yoo˘ t$^h$ang sai~ mue k$^h$a`

男廁在左手邊。

ขอโทษ ค่ะ ห้องน้ำ หญิง อยู่ ทาง ไหน?

kʰorˊ tʰodˋ kʰaˋ horngˋ nam~ yingˊ yooˇ tʰang naiˊ

對不起！女廁在哪裡？

ห้องน้ำ หญิง อยู่ ทาง ขวามือ ค่ะ

horngˋ nam~ yingˊ yooˇ tʰang kʰwaˊ mue kʰaˋ

女廁在右手邊。

คำศัพท์เพิ่มเติม 補充語詞練習

MP3-153

ห้องสมุด horngˋ saˇ-mudˇ 圖書館	ธนาคาร ㄊㄚ~ㄋㄚㄎㄢ tʰa~-na-kʰan 銀行	โรงเรียน rong rian 學校
โรงแรม rong raem 旅館	สนามบิน saˇ-namˊ-bin 機場	ร้านสะดวกซื้อ ran~ saˇ-duakˇ sue~ 便利商店
ตรงข้าม trong kʰamˋ 對面	เยื้อง yueang~ 斜對面	ด้านหลัง ㄉㄢˋㄌㄤˊ danˋ langˊ 後面
มุมถนน mum tʰa~-nonˊ 轉角		

ธงชาติไทย

泰國國旗——三色旗

（一）泰國國旗（ธงชาติไทย）

泰國國旗是一面三色旗，由「紅－白－藍－白－紅」五條橫帶組成，藍帶的寬比紅白帶寬多一倍。旗幟的紅色象徵泰國的國土與民族；白色原象徵上座部佛教，後來被解釋為宗教之意；藍色則是象徵王室和國王。現行的國旗由國王拉瑪六世所設計，正式採用於西元1917年9月28日。

（二）泰國國旗的演變

大城王朝時期，泰國尚未使用任何國旗，當時僅用一面全紅的簡單旗幟當作船隻用旗而已。

西元1782年，節基王朝的拉瑪一世重新設計旗幟，以底色全紅、旗幟的中央有白色的環刃（神話中的一種齒輪狀兵器）為圖形，拉瑪一世將此環刃旗訂為國王船隻的專用旗。

西元1817年，節基王朝的拉瑪二世在白色環刃圖形的中央，加入白色大象圖騰在裡面，並將環刃白象旗訂為新的國王船隻專用旗。

西元1855年時，節基王朝的拉瑪四世重新設計兩款白象旗幟。第一款旗子，底色全紅，旗子中央有一隻白色大象圖，拉瑪四世將此白象旗訂為民間用旗。第二款旗子，底色全藍，旗子中央有一隻白色大象圖，拉瑪四世將此白象旗訂定為王室專用旗。

西元1916年，節基王朝的拉瑪六世在大象圖騰上加入一些彩色元素。但是，在他一次出巡時，意外發現民眾將旗子掛顛倒了，讓大象圖看起來顛倒在地上，因此他決定重新設計旗幟為紅與白五行相間條紋，即使國旗掛顛倒了，也無妨。

直到西元1917年9月28日，拉瑪六世將國旗中間的條紋由紅色改為藍色，此旗幟乃沿用至今，就是大家現在所看到的泰國國旗樣式。

船隻用旗
（約1700年-1782年）

環刃旗
（1782年-1817年）

環刃白象旗
（1817年-1855年）

白象旗
（1855年-1916年），民間用旗

白象旗
（1855年-1916年），王室專用旗

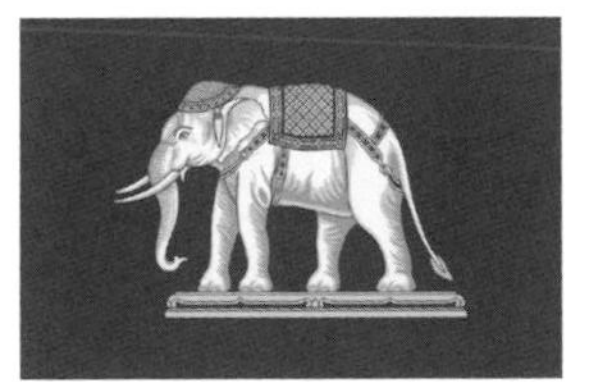

祭壇白象旗
（1916年-1917年）

通哈柳
（1916年-1917年）

通代隆
（1917年-現在）

第十課

第十一課 單音韻母เ◌和เ◌ะ的拼音法

一 สระ เ◌ [e]拼音練習

（一）拼音練習——中音聲母

MP3-154

例 เจ唸做จอ เอ เจ（ㄓㄛ ㄟ ㄓㄟ）（jor-e-je）

聲韻調口訣 中 長 1聲（類似華語第1聲）

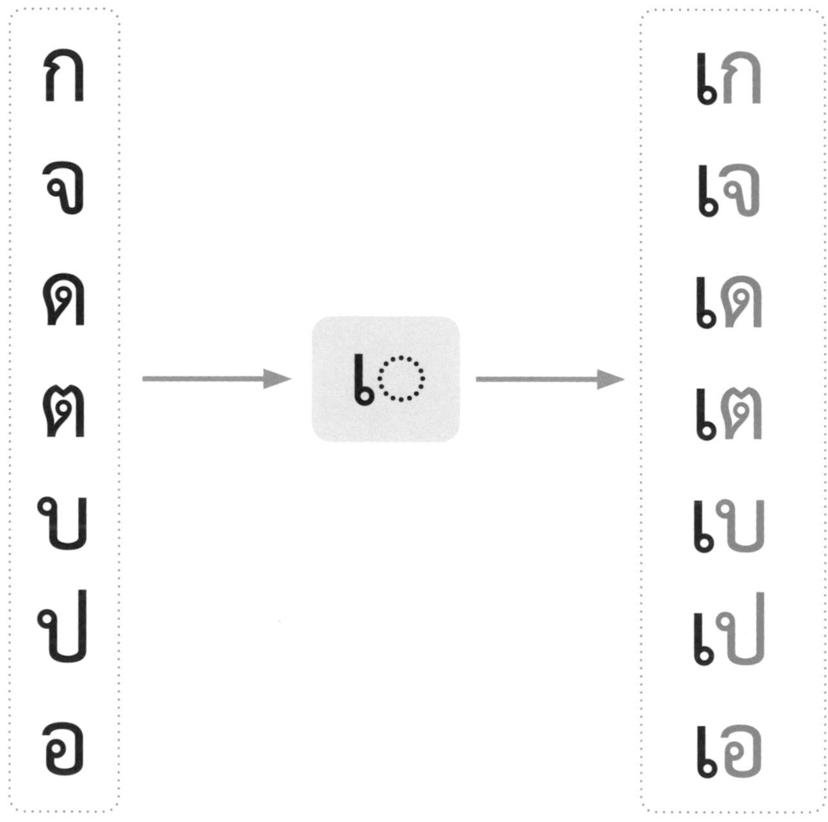

（二）拼音練習——高音聲母

MP3-155

例 เฉ唸做ฉอ เอ เฉ（ㄔㄛˊ ㄟ ㄔㄟˊ）（c^h^or´-e-c^h^e´）

聲韻調口訣 高 長 5聲（類似華語第2聲）

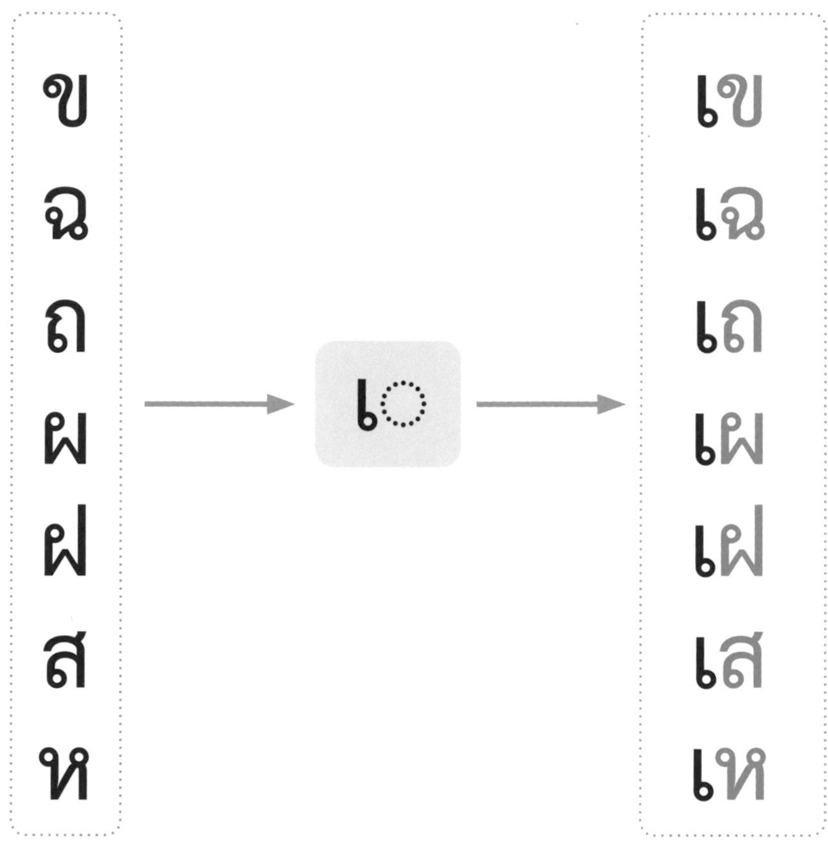

第十一課

（三）拼音練習——低音聲母

MP3-156

例 เซ唸做ซอ เอ เซ（ㄙㄛ ㄟ ㄙㄟ）（sor-e-se）

聲韻調口訣 低 長1聲（類似華語第1聲）

子音		母音		拼音
ค				เค
ง				เง
ช				เช
ซ				เซ
ท				เท
น	→	เ◌	→	เน
พ				เพ
ฟ				เฟ
ม				เม
ย				เย
ร				เร

(四) คำศัพท์ 語詞練習

MP3-157

เกเร ke re 行為不端	เอบี a bee AB	เท ㄊㄟ t^he 倒
เป้ ㄅㄟˋ pe` 背包	กางเกง kang keng 褲子	ลูกเกด look` kedˇ 葡萄乾
เกม kem 遊戲	เกย์ ㄍㄟ ke 同性戀	จระเข้ jor ra~ k^he` 鱷魚
ไม้กางเขน mai~ kang k^hen´ 十字架	เพลง pleng 音樂	เข้มแข็ง k^hem` k^haeng´ 強壯
ทะเล ㄊㄚ~ㄌㄟ t^ha~ le 海	เค้ก k^hek~ 蛋糕	เคเบิ้ล k^he pern` 電纜
เครดิตการ์ด k^hre didˇ kadˇ 信用卡	เซ่นไหว้ sen` wai` 祭拜、祭祀	เบสบอลล์ bed~ born 棒球

เทวดา	เทศกาล	เนปาล
tʰe wa~ da	tʰed` sa˘ kan	ne pan
眾天神	節日、節期	尼泊爾
เบเกอรี่	เบคอน	เมฆ
be ker ree`	be kʰorn	mek`
麵包	鹹豬肉、燻豬肉	雲

（五）ฝึกอ่านประโยค 句子練習

MP3-158

❶ อา เท ยา

ar tʰe ya

叔叔（姑姑）倒藥水。

❷ ตา ชอบ กิน เค้ก

ta cʰorb` kin kʰek~

外公喜歡吃蛋糕。

備註 泰文句子的寫法字詞之間不會有空格，但為了幫助學習者拼音，本書在每一個語詞之間空了一格，以方便學習者的方式編寫。

唷呀小叮嚀

請照著MP3錄音檔多多練習拼音，發音一定會進步的！繼續努力！

恭喜你！學會了เ◌韻母的拼音

二 สระ เ◌ะ [e]拼音練習

（一）拼音練習——中音聲母

MP3-159

例 เตะ唸做ตอ เอะ เตะ（ㄉㄛ ㄟ˙ ㄉㄟˇ）（tor-e-teˇ）

聲韻調口訣 中 短 2聲（類似華語第3聲）

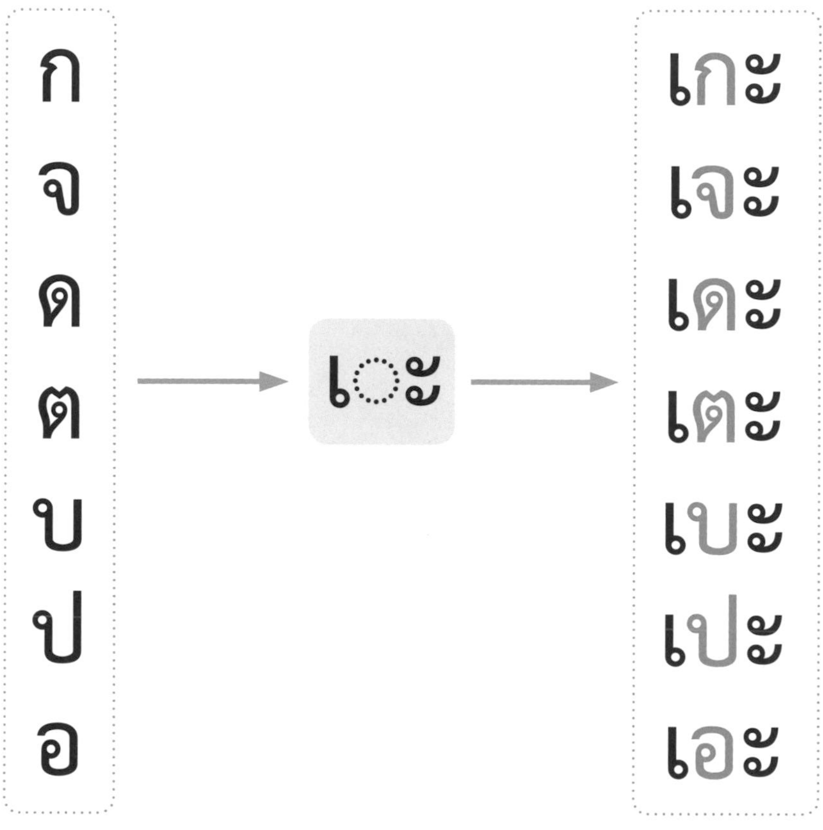

（二）拼音練習——高音聲母

MP3-160

例 เขะ唸做ขอ เอะ เขะ（ㄎㄛˊ ㄟ˙ ㄎㄟˇ）（kʰor´-e-kʰeˇ）

聲韻調口訣 高 短 2聲（類似華語第3聲）

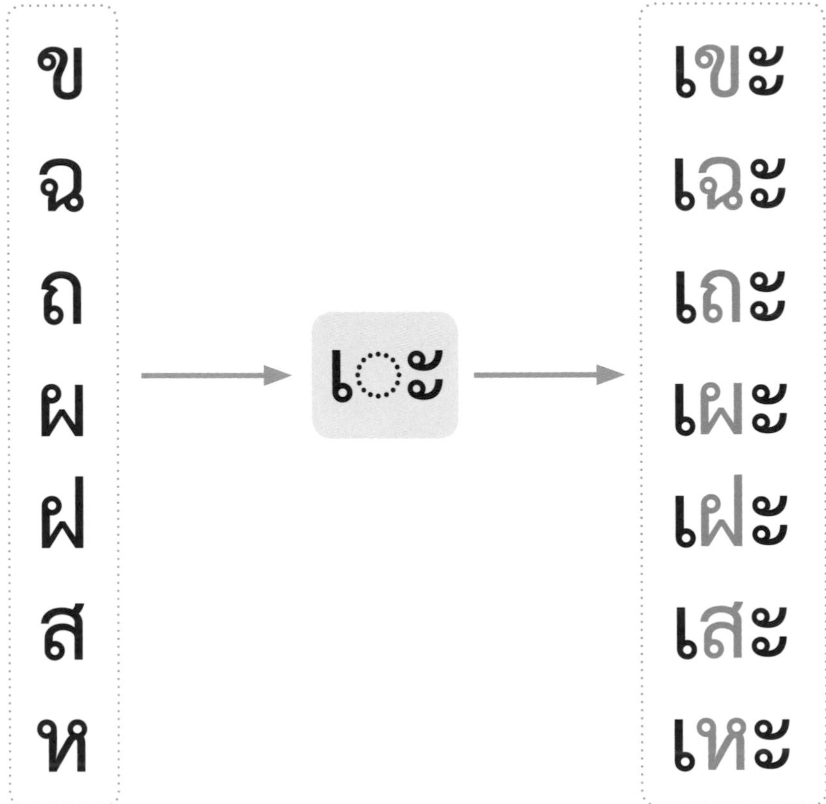

（三）拼音練習——低音聲母

MP3-161

例 เทะ唸做ทอ เอะ เทะ （ㄊㄛ ㄟ˙ ㄊㄟ~）（t^hor-e-t^he~）

聲韻調口訣 低 短 4聲（無對應華語聲調）

ค		เคะ
ง		เงะ
ช		เชะ
ซ		เซะ
ท		เทะ
น	→ เ◌ะ →	เนะ
พ		เพะ
ฟ		เฟะ
ม		เมะ
ย		เยะ
ร		เระ

（四）คำศัพท์ 語詞練習

MP3-162

เตะ ˙ㄉㄟ teˇ 踢	เละเทะ ˙ㄌㄟ ˙ㄊㄟ le~ t^{h}e~ 稀爛、（表現）糟糕	เกล็ดหิมะ kledˇ hiˇ ma~ 雪花
เค็ม k^{h}em 鹹	เจ็ด ˙ㄓㄟ jedˇ 七	เจ็ต ˙ㄓㄟ jedˇ 噴氣式
เจ็บ jebˇ 痛	เช็ด ㄔㄟ~ c^{h}ed~ 擦拭	เซ็นชื่อ sen c^{h}ue\` 簽名
เซนติเมตร sen tiˇ med~ 公分	เป็ด ˙ㄅㄟ pedˇ 鴨子	เผ็ด ˙ㄆㄟ p^{h}edˇ 辣
เมล็ด ㄇㄚ~ ㄌㄟ~ ma~ led~ 種子	เข็ม k^{h}em´ 針	เพชร ㄆㄟ~ p^{h}ed~ 鑽石
วันเพ็ญ wan p^{h}en 滿月	เพ็นนี p^{h}en nee 便士（英國貨幣單位）	เม็ด ㄇㄟ~ med~ 顆、粒、丸（量）

ยาเม็ด ㄧㄚ ㄇㄟ~ ya med~ 藥丸	เม็กซิโก ㄇㄟ~ ㄒㄧˇ ㄍㄡ mek~ siˇ ko 墨西哥	เย็น yen 涼的、冰的
เร็ว reo 快、迅速	เล็บมือ leb~ mue 指甲	เล็ม lem 修剪

（五）ฝึกอ่านประโยค 句子練習

MP3-163

1 อาหาร จาน นี้ รส เค็มมาก

ar-han´ jan nee~ rod~ kʰem mak`

這盤菜味道非常鹹。

2 เพชร เม็ด นี้ สวย จริง ๆ

pʰed~ med~ nee~ suai´ jing jing

這顆鑽石真的很漂亮。

備註 泰文句子的寫法字詞之間不會有空格，但為了幫助學習者拼音，本書在每一個語詞之間空了一格，以方便學習者的方式編寫。

唷呀小叮嚀

請照著MP3錄音檔多多練習拼音，發音一定會進步的！繼續努力！

การซื้อสินค้า

買東西

MP3-164

ยินดี ต้อนรับ ครับ เชิญ เลือก ตาม สบาย นะ ครับ

yin dee ton`-rab~ $k^h$rab $c^h$ern lueak` tam saˇ-bai na~ k^hrab

歡迎光臨！敬請隨意挑選。

อันนี้ ราคา เท่าไหร่ ครับ

an nee~ ra-k^ha t^hao` raiˇ k^hrab

這個東西多少錢？

อันนี้ 200 บาท ครับ

an nee~ sorng´ roi~ bathˇ k^hrab

這個東西200泰銖。

คำศัพท์เพิ่มเติม 補充語詞練習

MP3-165

สิบ sibˇ 十	สิบเอ็ด sibˇ edˇ 十一	ยี่สิบ yee` sibˇ 二十
ยี่สิบเอ็ด yee` sibˇ edˇ 二十一	สามสิบเอ็ด sam´ sibˇ edˇ 三十一	ร้อย roi~ 百
พัน ㄆㄢ p[h]an 千	หมื่น muenˇ 萬	แสน saen´ 十萬
ล้าน ㄌㄢ~ lan~ 百萬		

กรุงเทพมหานครฯ

泰國首都——曼谷

曼谷是泰國首都，也是曼谷最大的城市，面積約1569平方公里，在泰國府面積排名為68位，是世界上最大的城市之一。曼谷在氣候屬於熱帶季風氣候，四季如夏十分溫暖。官方名稱為「**กรุงเทพมหานครฯ**」（krung tʰep ma ha na kʰon / 恭貼瑪哈納空），簡稱為「**กรุงเทพฯ**」（krung tʰep / 恭貼），在當地華人社區亦作泰京，為泰國政治、經濟、貿易、交通、文化、科技、教育與各方面的中心，位於昭披耶河東岸，近泰國灣。

曼谷是繁華的國際大都市，是貴金屬和寶石的交易中心。經濟占泰國總量的44%，曼谷港承擔著泰國90%的外貿。曼谷旅遊業十分發達，被評選為2013全球最受歡迎旅遊城市。

曼谷是國際活動的重要中心，每年有多達200到300起的各種國際會議在此舉行。城內設有聯合國亞太經社委員會總部、世界銀行、世界衛生組織、國際勞工組織以及20多個國際機構的區域辦事處。曼谷被譽為「佛教之都」，是「世界佛教聯誼會」總部及亞洲理工學院所在地。

（一）「กรุงเทพมหานครฯ（恭貼瑪哈納空）」的詞源

西元1782年，節基王朝的拉瑪一世將首都從昭披耶河西岸的吞武里府，遷移到昭披耶河的東岸，並在該地建造宮殿，同時修復宮殿及帕徹獨彭皇家大寺院的城牆，堪稱為當時最具代表性的藝術作品。

遷都的同時，拉瑪一世也一併開疆拓土，進行道路舖設，以唐人街的三聘路為當時最繁榮、最著名的街道。昭披耶河東岸從小型市集和貨品出入的港口，開始發展而逐漸茁壯，最早先，該地區名為「**กรุงรัตนโกสินทร์**」（ratanakosin / 拉達那哥欣），拉瑪一世也賜予全名，後來拉瑪四世將此全名稍修改成為目前的名稱，其全名內容如下：

กรุงเทพมหานคร อมรรัตนโกสินทร์
มหินทรายุธยา มหาดิลกภพ
นพรัตนราชธานีบูรีรมย์
อุดมราชนิเวศน์มหาสถาน
อมรพิมานอวตารสถิต
สักกะทัตติยวิษณุกรรมประสิทธิ์

這個城市全名融合了兩個古老的印度語言：巴利語和梵語，其譯意為「天使之城，宏偉之城，永恆的寶石之城，永不可摧的因陀羅之城，世界上賦予九個寶石的宏偉首都，快樂之城，充滿著像似統治轉世神之天上住所的巍峨皇宮，一座由因陀羅阿凡達、毗濕奴建造的城市」。

曼谷的全名也被金氏世界紀錄記載為世界上名字最長的首都，共長達167個拉丁字母。

（二）曼谷人口

由於曼谷成為首都之前是無人居住的地區，成立首都後，帕那空邊（東邊）的原居民是華裔潮州人，吞武里邊（西邊）的原居民是波斯人和葡萄牙人。因為城市的擴大，大批暹羅人、寮人、蘭納人來曼谷找工作。大部分的當地潮州人是資產階級，是泰國主要經濟支柱，大多官員也是當地華裔潮州人。

近年來，大量移民及外國人湧入曼谷，長期居留的外國人快速增加，有中國人、馬來西亞人、日本人、印度人、美國人、歐洲人、韓國人、奈及利亞人、阿拉伯人及新加坡人等。另外也有一些來自柬埔寨、緬甸、俄羅斯、烏克蘭、巴基斯坦、孟加拉非法入境者。

根據2018年人口普查，大曼谷總人口1089.1萬人，其中城市註冊人口達到1070萬，人口密度為3618/km²。逾半數曼谷人有某程度上的華人血統（人口資料來源：http://stat.bora.dopa.go.th/stat/y_stat61.html）。

（三）曼谷宗教

在宗教方面，曼谷約92%人口信奉佛教，6%信奉伊斯蘭教，1%信奉基督教，猶太教徒約300人，0.6%信奉印度教。曼谷約有400座佛教寺，55座清真寺，10座教堂，2間猶太會堂。

（四）嘟嘟車（Tuk Tuk）

嘟嘟車（Tuk　Tuk）是曼谷最具代表性的交通工具。為何叫「嘟嘟車」呢？因為車子發動時會發出「嘟嘟嘟嘟」的聲音。在三輪的機車後座加上包箱，有機車的便利性，又有計程車的座位，是遊曼谷市區的最佳交通工具，許多觀光客到曼谷旅遊，都會嘗試搭乘五顏六色的嘟嘟車喔！但在搭乘之前一定要先與司機談好車資，看地點遠近，約50泰銖起跳。

（五）摩托計程車（Motorcycle Taxi）

在曼谷，有五顏六色的計程車，點綴了馬路。但是，若遇到塞車，摩托計程車就是你的救星了！摩托車載客是因應曼谷塞車問題而產生的行業，摩托車司機穿著鮮艷的背心，穿梭在市區車陣中。常見下班或下課的泰國人，走出捷運站，就搭上摩托計程車往小巷子揚長而去，連在曼谷的外國人也懂得利用它呢！每趟車費約30到40泰銖左右。

第十二課 單音韻母แ◌和แ◌ะ的拼音法

一 สระ แ◌ [ae]拼音練習

（一）拼音練習——中音聲母

MP3-166

例 แก唸做กอ แอ แก（ㄍㄡ ㄝ ㄍㄝ）（kor-ae-kae）

聲韻調口訣 中 長 1聲（類似華語第1聲）

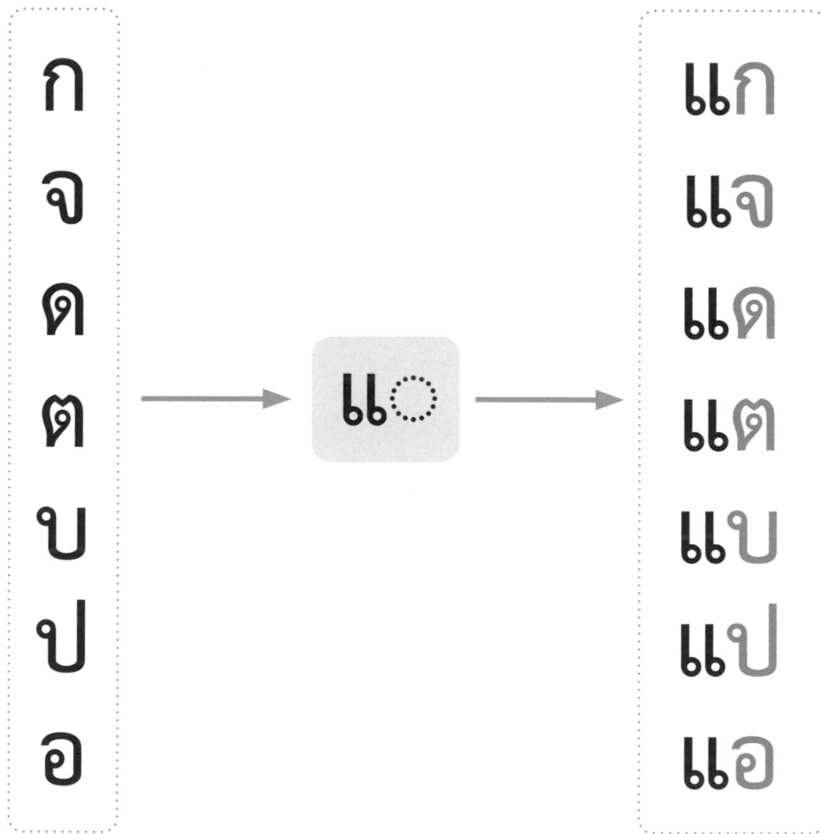

（二）拼音練習——高音聲母

MP3-167

例 แห唸做หอ แอ แห（ㄏㄛˊ ㄝ ㄏㄝˊ）（hor´-ae-hae´）

聲韻調口訣 高 長 5聲（類似華語第2聲）

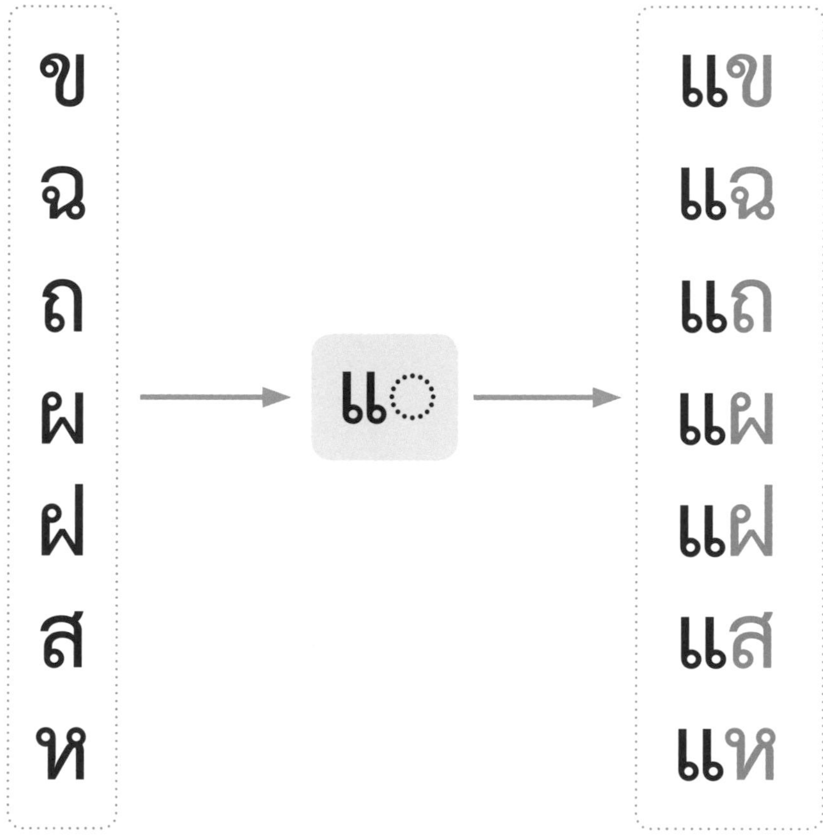

（三）拼音練習——低音聲母

MP3-168

例 แพ唸做พอ แอ แพ（ㄆㄛ ㄝ ㄆㄝ）（p^h^or-ae-p^h^ae）

聲韻調口訣 低 長 1聲（類似華語第1聲）

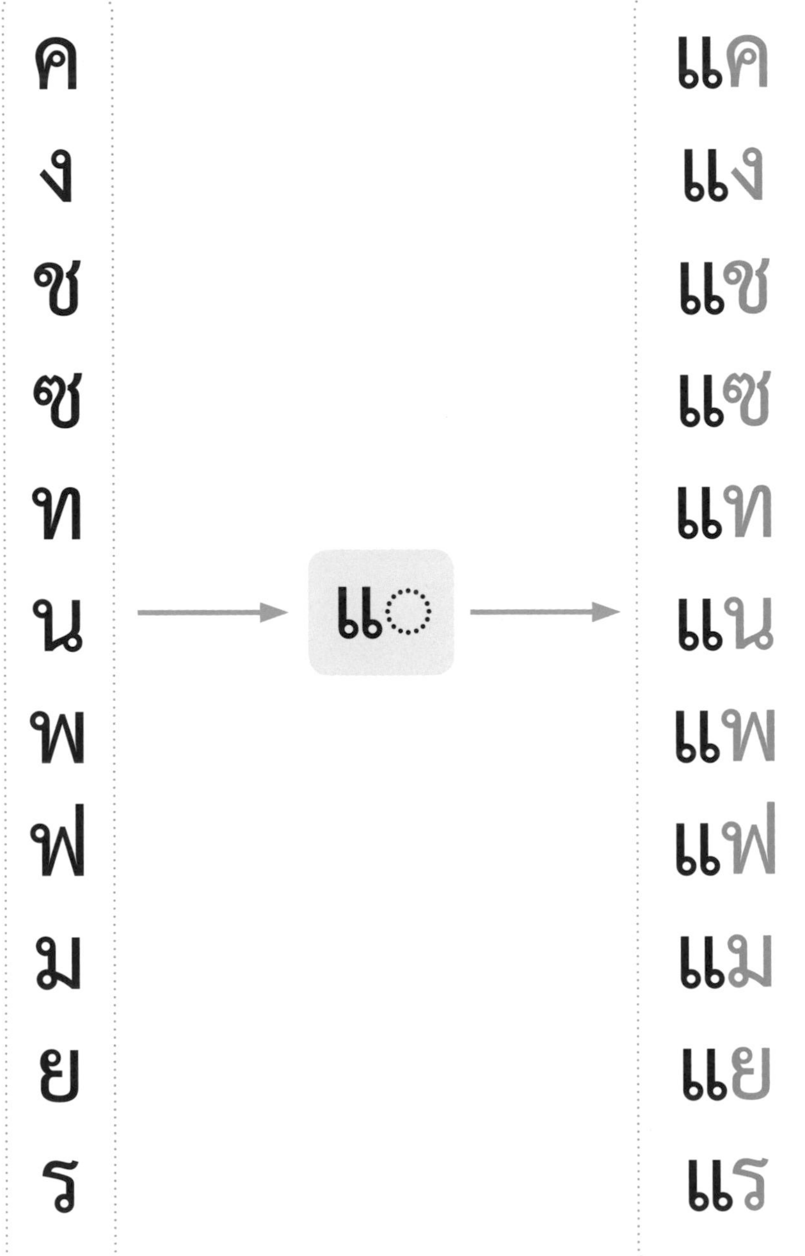

（四）คำศัพท์ 語詞練習

MP3-169

แบมือ bae mue 攤開手	กาแฟ ㄍㄚ ㄈㄝ ka fae 咖啡	ดูแล ㄉㄨ ㄌㄝ doo lae 照顧
มะแม ㄇㄚ~ㄇㄝ ma~ mae 羊（十二生肖）	หมอตำแย mor´ tam yae 接生婆	แป้ง paeng` 抹臉的香粉
แขน kʰaen´ 手臂	แก่ ㄍㄝˇ kaeˇ 老的	แกง kaeng 辣湯
แก้ว kaeo` 杯子	แจก ㄓㄝ ˙ㄎ jaekˇ 分發、分送	แจกัน jae kan 花瓶
แดง daeng 紅的	แดด daedˇ 陽光	แตงกวา taeng kwa 黃瓜
แตงโม taeng mo 西瓜	ตกแต่ง tokˇ taengˇ 佈置	แถว tʰaeo´ 列

แปรง praeng 刷子	แปล plae 翻譯	แมว maeo 貓
แพ้ ㄆㄝ˜ p^{h}ae~ 輸	แม่ ㄇㄝˋ mae` 媽媽	แล้ง laeng~ 乾旱

（五）ฝึกอ่านประโยค 句子練習

MP3-170

❶ พ่อ พา แม่ ไป กิน กาแฟ

p^{h}or` p$^h$a mae` pai kin ka fae

爸爸帶著媽媽去喝咖啡。

❷ ใน หน้าแล้ง หลาย คน เข้า แถว ซื้อ น้ำ ใช้

nai na` laeng~ lai´ k$^h$on k$^h$ao` t^{h}aeo´ sue~ nam~ c^{h}ai~

乾旱季時許多人排隊買水用。

備註 泰文句子的寫法字詞之間不會有空格，但為了幫助學習者拼音，本書在每一個語詞之間空了一格，以方便學習者的方式編寫。

唷呀小叮嚀

請照著MP3錄音檔多多練習拼音，發音一定會進步的！繼續努力！

恭喜你！學會了แ◌韻母的拼音

二 สระ แ◌ะ [ae]拼音練習

（一）拼音練習——中音聲母

MP3-171

例 แกะ唸做กอ แอะ แกะ（ㄍㄡ ㄝ˙ ㄍㄝˇ）（kor-ae-kaeˇ）

聲韻調口訣 中 短 2聲（類似華語第3聲）

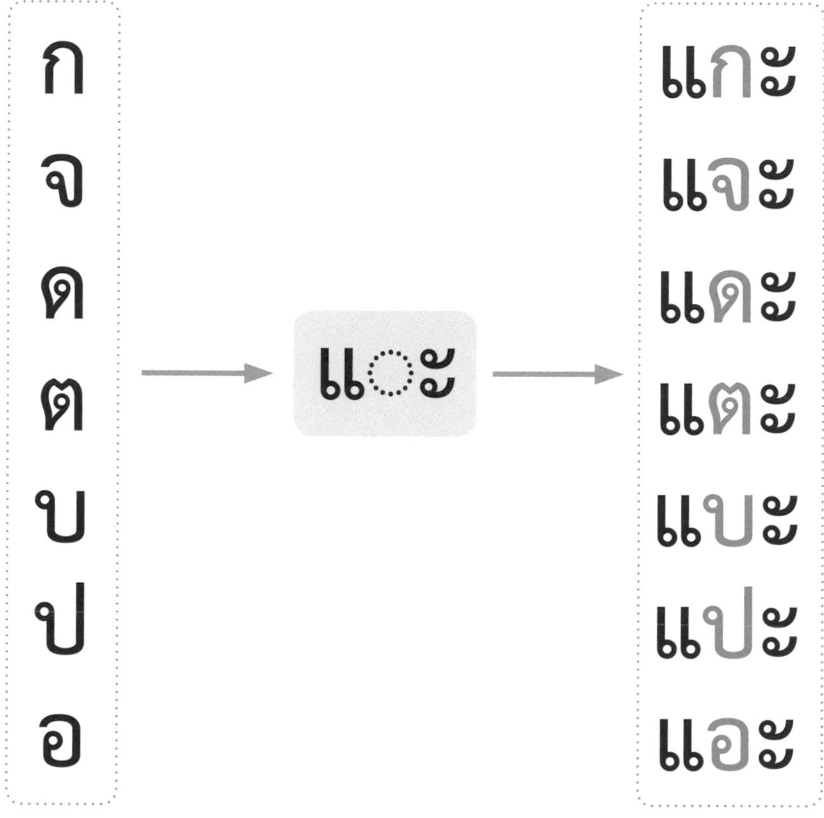

（二）拼音練習——高音聲母

MP3-172

例 แฉะ唸做ฉอ แอะ แฉะ（ㄔㄛˊ ㄝ˙ ㄔㄝˇ）（c^h^or´-ae-c^h^aeˇ）

聲韻調口訣 高 短 2聲（類似華語第3聲）

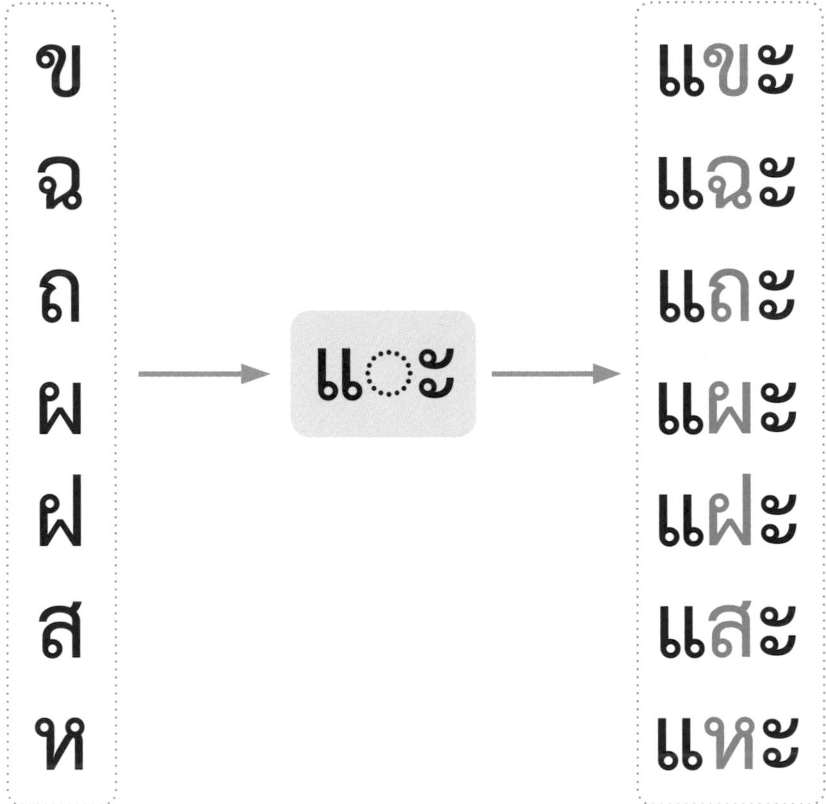

（三）拼音練習——低音聲母

MP3-173

例 แพะ唸做พอ แอะ แพะ（ㄆㄛ ㄝ˙ ㄆㄝ~）（pʰor-ae-pʰae~）

聲韻調口訣 低 短 4聲（無對應華語聲調）

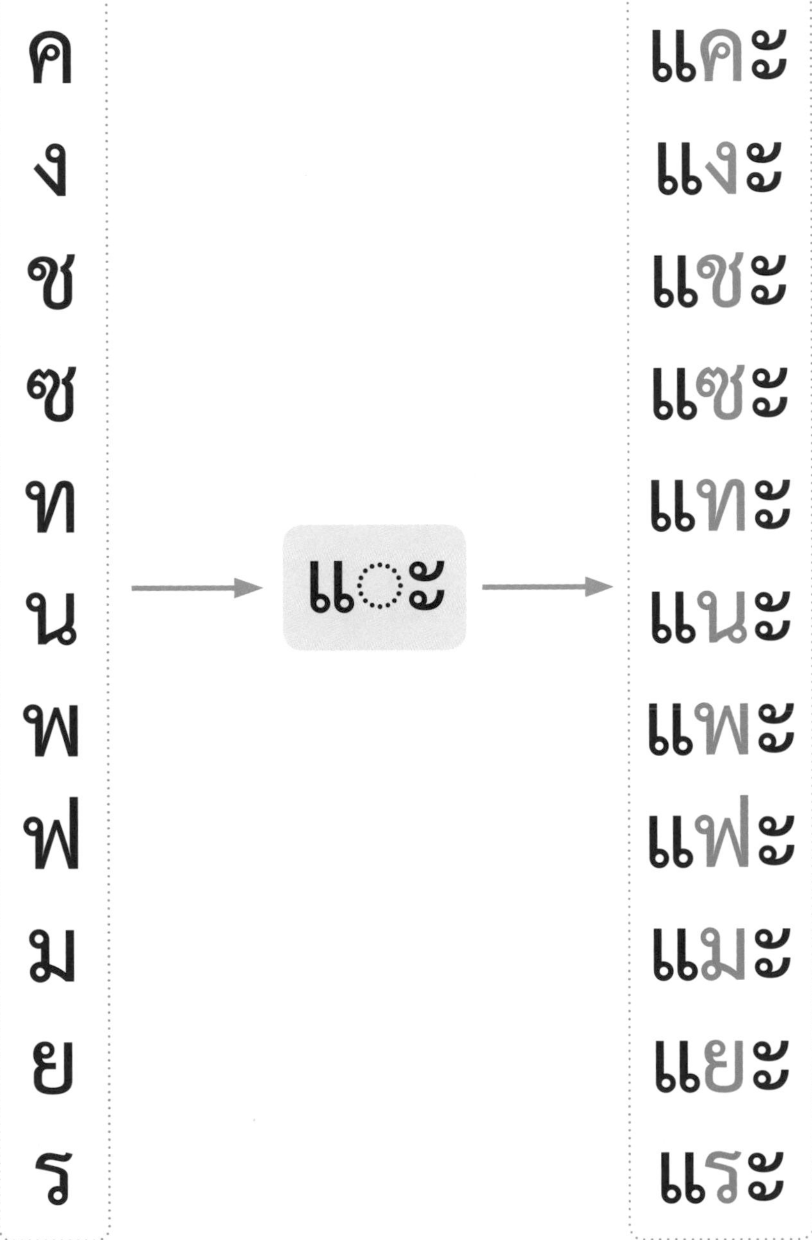

（四）คำศัพท์ 語詞練習

MP3-174

แกะ ㄍㄝ˙ kaeˇ 綿羊	แฉะ ㄔㄝ˙ cʰaeˇ 濕	แทะ ㄊㄝ~ tʰae~ 啃
แข็ง kʰaeng´ 硬的	แคปซูล kʰaeb~ soon 膠囊	จีนแคะ jeen kʰae~ 客家人
แคะจั่น ㄎㄝ~ㄓㄢˇ kʰae~ janˇ 客棧	แนะนำ nae~ nam 介紹	งัดแงะ ngad~ ngae~ 撬開
เฉอะแฉะ ㄔㄜ˙ㄔㄝ˙ cʰerˇ cʰaeˇ 泥濘	แซะ ㄙㄝ~ sae~ 鏟起	กระแดะ kraˇ dae~ 裝模作樣
แพะ ㄆㄝ~ pʰae~ 山羊	แตะ ㄉㄝ˙ taeˇ 碰、觸、輕觸	แต๊ะอั๋ง ㄉㄝ~ㄤ´ tae~ ang´ （對婦女）非禮
แต๊ะเอีย tae~ ia 壓歲錢	แท็กซี่ tʰaek~ see` 計程車	เต้นแท็ป ten` tʰaeb~ 跳踢踏舞

แทร็กเตอร์	แนะทาง ㄋㄝ~ㄊㄤ	แบะ
tʰraek~ ter	nae~ tʰang	baeˇ
拖拉機	指路、啟發	撐開
แปะโป้ง	แป๊ะ ㄅㄝ~	แป๊ะฉ่าย ㄅㄝ~ㄔㄞˇ
paeˇ pong`	pae~	pae~ cʰaiˇ
蓋手印（典當物品）	老伯伯	白菜

（五）ฝึกอ่านประโยค 句子練習

MP3-175

❶ บิดา มี แพะ และ แกะ ตัว โต

biˇ-da mee pʰae~ lae~ kaeˇ tua to

父親有大隻的山羊及綿羊。

❷ อา แป๊ะ นั่ง รถแท็กซี่ กลับ บ้าน

ar pae~ nang` rod~ tʰaek~ see` klabˇ ban`

老伯伯坐計程車回家。

備註 泰文句子的寫法字詞之間不會有空格，但為了幫助學習者拼音，本書在每一個語詞之間空了一格，以方便學習者的方式編寫。

唷呀小叮嚀
請照著MP3錄音檔多多練習拼音，發音一定會進步的！繼續努力！

恭喜你！學會了แ◌ะ韻母的拼音

อายุ

詢問年齡

MP3-176

สมศักดิ์
Somsak 宋沙

สีดา
Seeda 席搭

สวัสดี ครับ

saˇ-wadˇ-dee kʰrab

妳好！

สวัสดี ค่ะ

saˇ-wadˇ-dee kʰa`

你好！

คุณ อายุ เท่าไหร่ แล้ว คะ?

kʰun ar-yu~ tʰao` raiˇ laeo~ kʰa~

你幾歲了？

ปีนี้ ผม อายุ 22 ปี ครับ แล้ว คุณ ละ ครับ

pee nee~ pʰom´ ar-yu~ yee` sibˇ sorng´ pee kʰrab laeo~ kʰun la~ kʰrab

我今年22歲了，那妳呢？

วันสงกรานต์

泰國新年——潑水節

「潑水節」也稱「宋干節」，是泰國、寮國、柬埔寨、緬甸、以及越南及中國雲南地區最盛大的傣族傳統民俗文化節日。此習俗深受印度的「彩色節」的文化影響，不同的是彩色節是潑灑五顏六色的粉末，而宋干節只有用白色粉末與清水混在一起。

整個節慶歷時數日，第一天清晨，人們清早起來便沐浴禮佛並盛裝，到佛寺堆沙造塔，浴佛聽經，然後青年男女互相潑水祈福，連續幾日的慶祝活動，形成全國性的潑水高潮。這期間，大家用純淨的清水相互潑灑，祈求洗去過去一年的不順，新的一年重新出發。潑水節首二天是去舊，最後一天是迎新。

潑水節在泰國原名「nothing」（Songkran）（宋干），「宋干」為梵文文字，意思是「運轉」。泰國及一些東南亞的居民相信，宋干指的是星體的移動或進入新的一年的意思。原本宋干節是在哪一天，需要經過天文學的計算方式得來，但現時泰國採用公曆，把潑水節定於每年公曆 4 月 13 日至 4 月 15 日間，一連三天作為宋干節。

（一）潑水節 / 宋干節的傳說

在遙遠的年代，西雙版納的人民生活富足安寧，有一天來了一個魔王危害百姓，他讓土地變得乾旱，農民無法種植糧食。傣王的七個女兒都為父王和黎民憂心。最聰明的小女兒想出妙計：趁魔王熟睡殺了他。於是七姊妹行動了，用利劍斬下魔王的頭。但是魔王的頭突然著火，滾到哪裡，哪裡便燃燒起來。

急中生智的女兒們急忙找水滅火，終於將火撲滅。從此，西雙版納的人民又回到了平靜的生活。為了感念七個公主的作為，遂將潑水作為風俗流傳至今。從初期只是一個村莊的民俗活動，到目前已擴大為整個泰國社會的傳統文化活動之一。

在整個儀式過程中，「水」為最主要且重要的部分，所使用的水按照傣族的習俗，應該要用最清潔的水。第一天清晨打的水，可以用樹枝從銀碗沾水點到對方肩上；若在城市裡，則可以找一切裝水的容器（如水槍等），灌上自來水猛烈地向對方潑灑，潑的水越多代表祝福越多。

由於潑水節正逢夏季，且是太陽移動到十二生肖的白羊座的時間，天氣十分炎熱，因此這一天人們會以水互相潑灑，並向長輩求祝福，也同時懷念故人的善行與恩德。泰國現今已將潑水節訂定為家庭日，伴隨著一些古老傳統文化的傳承，持續舉辦至今，例如浴佛以求平安。

潑水節的起源與上座部佛教的傳入有密切關係，其活動包含許多宗教內容。但就這一節日以潑水為主要活動的原始意義來說，反映出人們想征服乾旱、火災等自然力的樸素願望。

（二）宋干節的活動內容

- 施僧儀式
- 潑水儀式
- 浴佛儀式
- 誦經儀式
- 給長輩潑水儀式
- 長輩賜福儀式
- 鳥魚放生儀式
- 堆沙塔儀式

第十三課 單音韻母โ◌和โ◌ะ的拼音法

一 สระ โ◌ [o]拼音練習

（一）拼音練習——中音聲母

MP3-177

例 โต唸做ตอ โอ โต（ㄉㄛ ㄡ ㄉㄡ）（tor-o-to）

聲韻調口訣 中 長 1聲（類似華語第1聲）

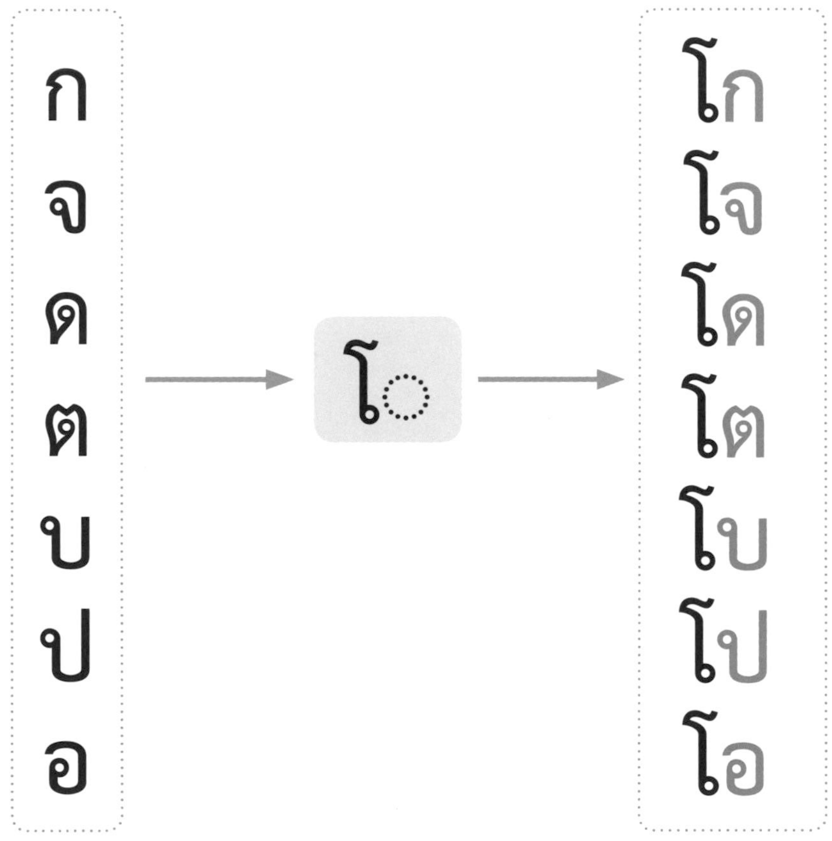

（二）拼音練習——高音聲母

MP3-178

例 โถ唸做ถอ โอ โถ（ㄊㄛˊ ㄡ ㄊㄡˊ）（tʰor´-o-tʰo´）

聲韻調口訣 高 長 5聲（類似華語第2聲）

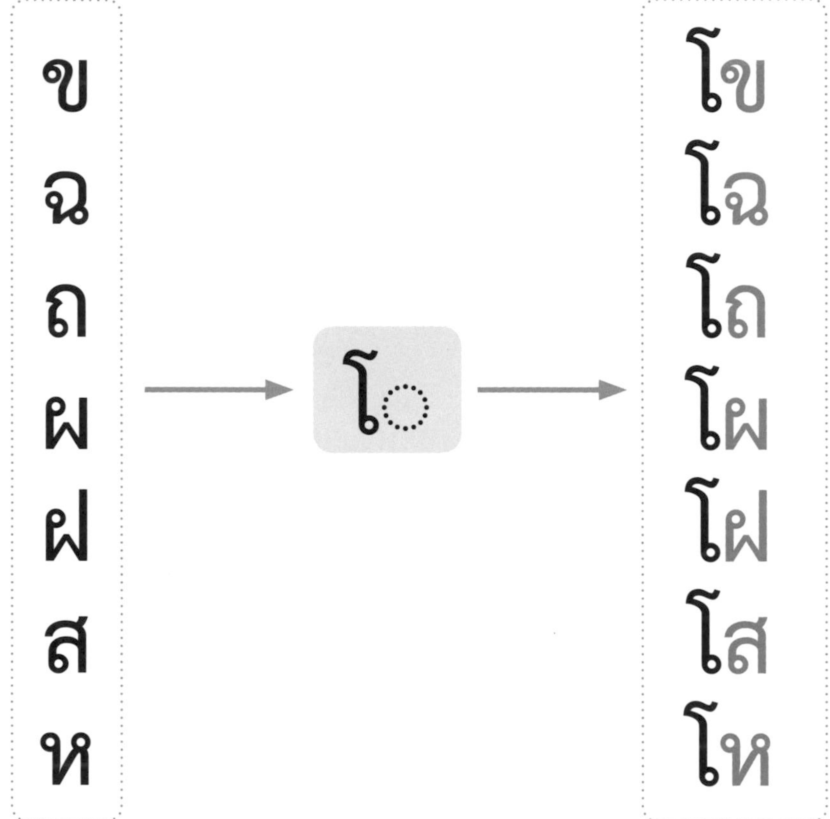

（三）拼音練習——低音聲母

MP3-179

例 โค唸做คอ โอ โค（ㄎㄛ ㄡ ㄎㄡ）（k^h^or-o-k^h^o）

聲韻調口訣 低 長 1聲（類似華語第1聲）

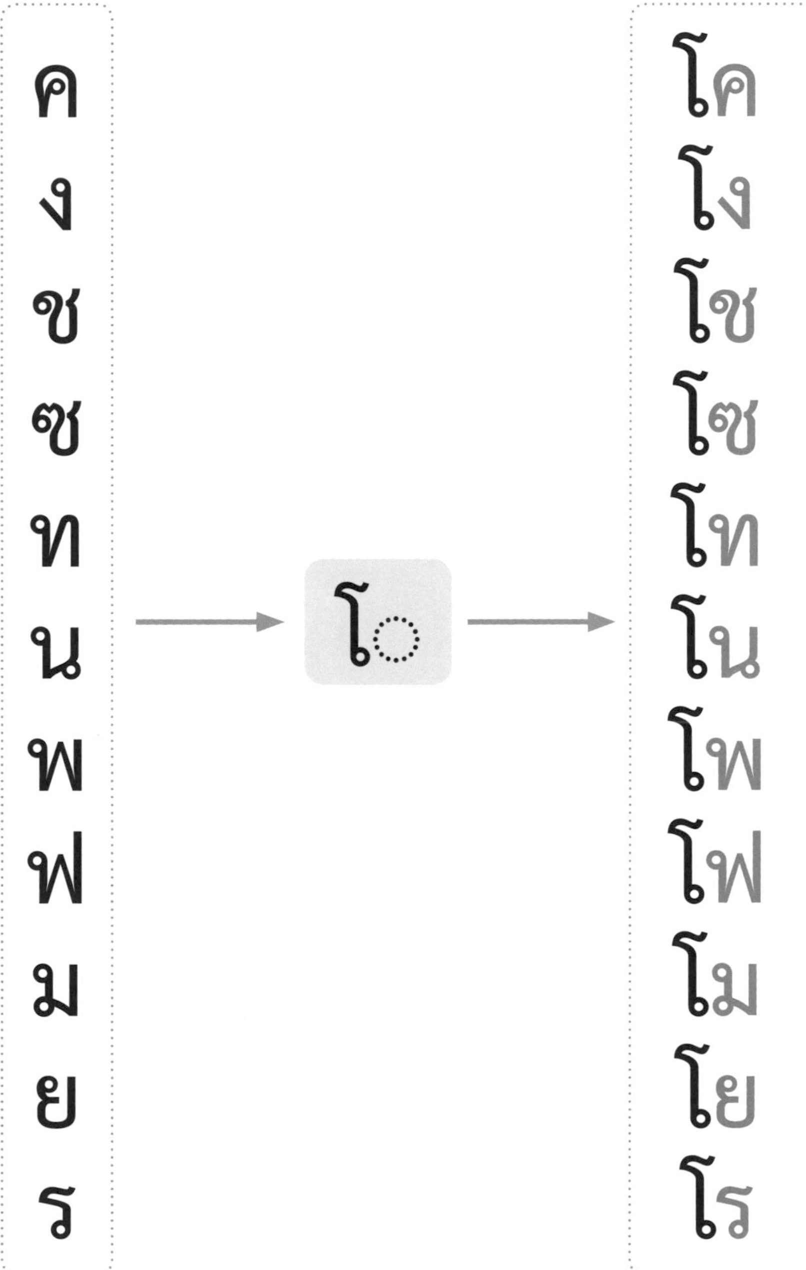

（四）คำศัพท์ 語詞練習

MP3-180

โบ bo 蝴蝶結	โถ ㄊㄡˊ t^ho´ 罈子	โมโห ㄇㄡ ㄏㄡˊ mo ho´ 憤怒
โจโฉ ㄓㄡ ㄔㄡˊ jo c^ho´ 曹操	โคนา ㄎㄡ ㄋㄚ k^ho na 耕田的牛	โกหก ko hokˇ 說謊
กระโดด kraˇ dodˇ 跳	โต ㄉㄡ to 成長、長大	พะโล้ ㄆㄚ~ ㄌㄡ~ p^ha~ lo~ 滷的
โยน yon 丟、拋、扔	โรงเรียน rong rian 學校	โอ่ง ongˇ 水缸
โกน kon 剃、削、刮	โกดัง ㄍㄡ ㄉㄤ ko dang 倉庫	โขน k^hon´ 泰國古典啞劇、孔劇
โขลง k^hlong´ 群（大象專用）	โคนม k^ho nom 乳牛	โคมไฟ k^hom fai 燈籠

โง่	โจร	โชคดี
ngo`	jon	c^ho k` dee
笨、傻、愚蠢	竊賊	好運氣、幸運
โชเฟ่อร์ ㄔㄈ ㄡㄜˋ	โซ่ ㄙ ㄡˋ	โซดา ㄙㄉ ㄡㄚ
c^ho fer`	so`	so da
（汽車）司機	鐵鍊	蘇打

（五）ฝึกอ่านประโยค 句子練習

MP3-181

❶ นา ตา มี โค นา

na ta mee k^ho na

外公的田裡有耕田的牛。

❷ โชเฟ่อร์ โยน โซ่ ลง บน พื้น

c^ho fer` yon so` long bon p^huen~

（汽車）司機把鐵鍊丟在地上。

備註 泰文句子的寫法字詞之間不會有空格，但為了幫助學習者拼音，本書在每一個語詞之間空了一格，以方便學習者的方式編寫。

唷呀小叮嚀
請照著MP3錄音檔多多練習拼音，發音一定會進步的！繼續努力！

恭喜你！學會了โ◌韻母的拼音

二 สระ โ◌ะ [oe]拼音練習

（一）拼音練習——中音聲母

MP3-182

例 โกะ唸做กอ โอะ โกะ（kor-oe-koeˇ）

聲韻調口訣 中 短 2聲（類似華語第3聲）

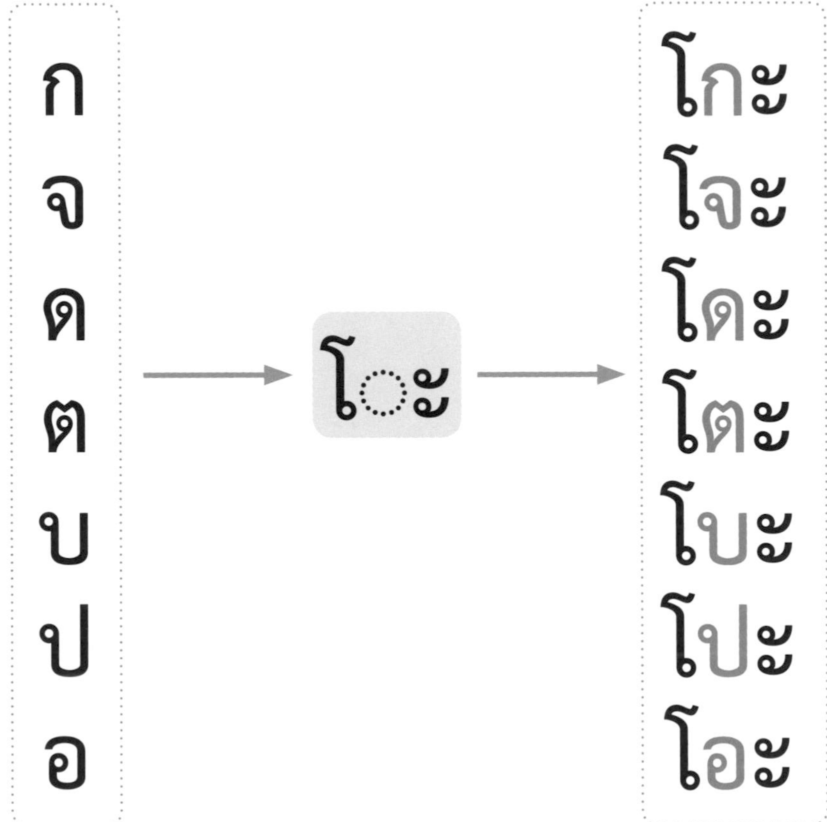

（二）拼音練習——高音聲母

MP3-183

例 โผะ唸做ผอ โอะ โผะ（pʰor´-oe-pʰoeˇ）

聲韻調口訣 高 短 2聲（類似華語第3聲）

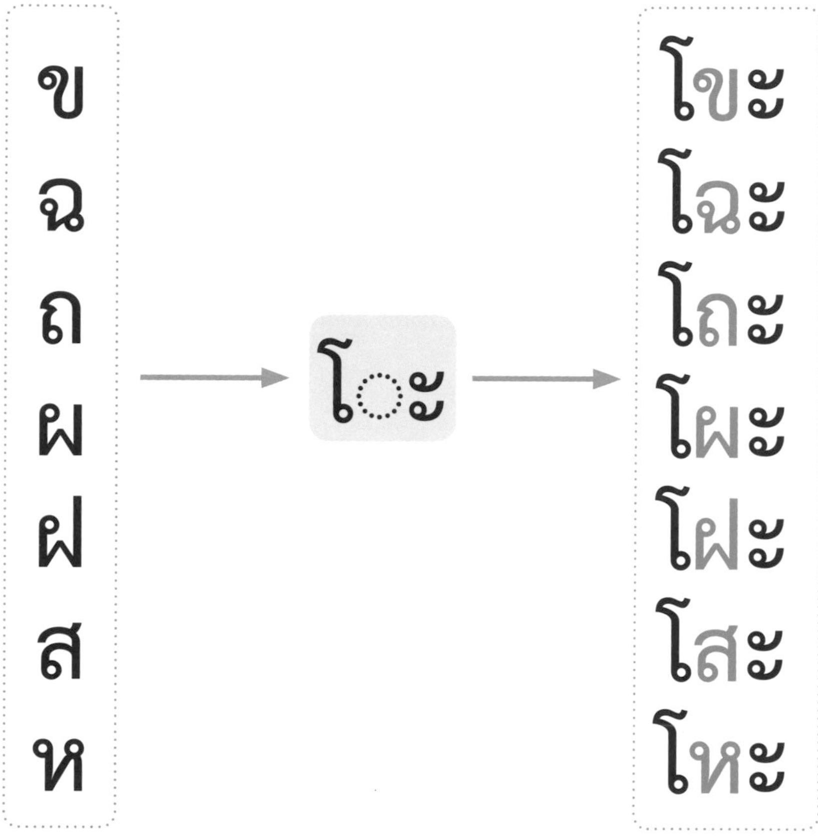

（三）拼音練習——低音聲母

MP3-184

例 โทะ唸做ทอ โอะ โทะ（ t^hor-oe-t^hoe~）

聲韻調口訣 低 短 4聲（無對應華語聲調）

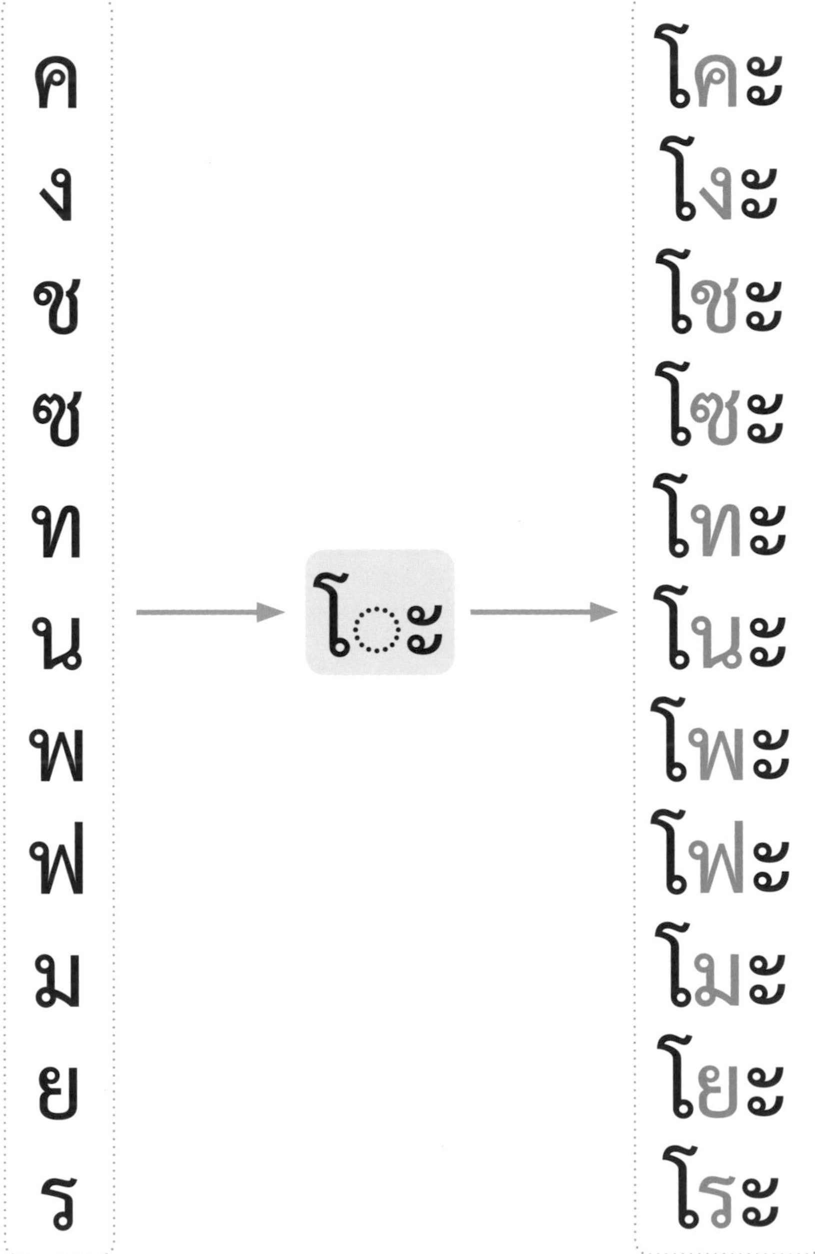

(四) คำศัพท์ 語詞練習

MP3-185

โต๊ะ toe~ 桌子	โป๊ะ poe~ 浮橋	โอ๊ะ oe~ 喔
โละทิ้ง loe~ t^hing~ 丟棄	คน k^hon 人	ค้น k^hon~ 搜尋
จน jon 貧乏	จบ jobˇ 結束、畢業	จม jom 沉沒、淹沒
ชก c^hok~ (用拳)擊、揍	ชม c^hom 觀看、稱讚	ตก tokˇ 掉落
ตกงาน tokˇ ngan 失業	ฝน fon´ 雨	ลบ lob~ 擦、塗、抹
ลม lom 風	ล้ม lom~ 跌倒	ห่ม homˇ 蓋、披、穿

กลม	ส้ม	ผม
klom	som`	p^hom´
圓的	橘子	我、頭髮
พรม	ขม	นม
p^hrom	k^hom´	nom
地毯	苦的	奶

（五）ฝึกอ่านประโยค 句子練習

MP3-186

❶ โต๊ะ ตัว นี้ สวย ดี

toe~ tua nee~ suai´ dee

這張桌子好漂亮。

❷ เขา โละทิ้ง ของ เก่า ไป หมด

k^hao´ loe~ t^hing~ k^horng´ kaoˇ pai modˇ

他把舊的東西全部丟棄。

備註 泰文句子的寫法字詞之間不會有空格，但為了幫助學習者拼音，本書在每一個語詞之間空了一格，以方便學習者的方式編寫。

唷呀小叮嚀

請照著MP3錄音檔多多練習拼音，發音一定會進步的！繼續努力！

恭喜你！學會了โ◌ะ韻母的拼音

การต่อรองราคา

討價還價

MP3-187

เสื้อ ตัว นี้ สวย จริง ๆ แพง ไหม ครับ?

suea` tua nee~ suai´ jing jing pʰaeng mai´ kʰrab ?

這件衣服很漂亮，貴嗎？

ไม่ แพง ค่ะ ถูก มาก แค่ 200 บาท

mai` pʰaeng kʰa` tookˇ mak` kʰae` sorng´ roi~ bathˇ

不貴，很便宜，只有200元。

ลด ได้ เท่าไหร่ ครับ

lod~ dai` tʰao` raiˇ kʰrab

能算便宜多少？

เอา กี่ ตัว ล่ะคะ ถ้า ซื้อ 5 ตัว จะ คิด ให้ ตัว ละ 150 บาท ค่ะ

ao keeˇ tua la`-kʰa~ tʰa` sue~ ha` tua jaˇ kʰid~ hai` tua la~ roi~ ha` sibˇ bathˇ kʰa`

要幾件呢？如果買5件，我算你1件150泰銖。

วันลอยกระทง
泰國重要節日——水燈節

11月是泰國最浪漫的時節，如果你在這時踏入這個昭披耶河畔的佛國，即可見在大小城鎮街頭，以及廟宇各處，都擺滿了祈福用的蓮花、蠟燭、孔明燈和炮竹，以及各種製作新奇的水燈，衣著靚麗的青年男女穿梭其中，歡聲笑語，教人眼花繚亂。

水燈節是泰國及東南亞地區的重要宗教節慶之一，日期在泰國農曆年12月15日，月圓之日。根據傳統，該日經常會落在陽曆11月，但有時也會在10月底。

放水燈的習俗主要是為了消災祈福，以及對河神獻上祭品。顧名思義，水燈節的主角及重頭戲就是放水燈的活動，在節慶這幾天的黃昏，五顏六色的蓮花燈，會被緩緩放入流水中，人們會目送它們飄向遠方，直到肉眼看不見為止。光燦耀眼的蓮花，將漆黑的河面鋪成宛如鑲滿鑽石的黑絨布，又似布滿閃爍星斗的夜空，可說是泰國最浪漫美麗的節日。放水燈的儀式，讓昭披耶河成為充滿祝禱和浪漫風情的美麗河川。

水燈節期間，在清邁的屋宇及寺廟還可看到以彩色紙燈籠做成的裝飾，掛在門外的紙燈籠以香蕉葉和樹枝框住，迎風搖曳生姿，真是美麗！而在北部的「湄宏順」地區，則以不同於泰國的「緬甸方式」慶祝水燈節，他們將蓮花繫於紙燈籠上，在夜晚的空曠山頂上，朝天空放去。

在泰國水燈節期間，各地會舉行重大的慶祝活動，尤其是在鄰近河流或川流鄉間地區，都會有不同風貌的民俗水燈文化活動，頗值得觀賞。

（一）水燈節的美麗傳說

關於水燈節的起源，還沒有一個較權威的說法，連泰國的史書記載也是眾說紛紜，民間流傳更有多種版本。有人認為水燈節是印度古老的傳統節日，泰國是從印度引入這個習俗，但又沒有確切記載是由何時始有這種習俗。

有一無可考的記載提到，水燈節是起源於泰國第一個皇朝——素可泰王朝的蘭甘亨大帝時代。由於當年的農業依靠昭披耶河及其支流灌溉為主，當時的王妃裊帕茉（**นพมาศ**）為代表泰國人民感謝河神的恩賜，在水燈裡裝飾了只會在12月15日滿月時才會綻放的荷花，點燃裡面的香和燭，然後把水燈放到河裡漂流，任人觀賞，頗得國王歡心。而裊帕茉王妃所製作的燈被公認為是泰國第一盞水燈。

而另一種傳説認為，水燈節始於800多年前泰國的素可泰王朝。那時，每年泰曆12月15日月圓時節，居民都聚集於首都慶祝「燈節」，而國王必循例龍舟遊河，王后及妃嬪亦隨聖駕游幸，其臣民亦可於河中嬉水，隨後在國王的主持下，全城大放煙花，徹夜歡騰。但這個關於水燈節起源的傳説還沒有得到公認。

依據泰國歷史記載，早在素可泰是泰國的首都之時就有此習俗。後來節基王朝的五世皇認為，水燈節應該是婆羅門教的節日，主要是為了祭祀濕婆神、毗濕奴及大梵天這三位大神。

但根據記載，水燈節的水燈之製作歷史，不會早於拉達那哥欣初期的年代，這是在第一世皇時期留下來的製作水燈的壁畫中所發現的。因為那種荷花非常稀罕，因此，第二世皇就以香蕉枝幹取代荷花製作水燈。可是，若僅僅用香蕉枝幹來做出水燈，會不夠美觀，若是加上香蕉葉來裝飾水燈，會讓水燈看起來更華美。自此，利用香蕉枝幹及香蕉葉來裝飾水燈的習俗就一直沿用至今。

（二）波光粼粼水燈夜

11月初，當遊客漫步在泰國大小城市的街頭，便會看到市場上擺滿各種造型的水燈，五花八門，令人目不暇給。傳統的水燈大多狀似蓮花，但隨著時代的發展，花樣也在不斷翻新。走進市場，你會發現有葵花燈、菊花燈、佛塔燈，有僧衣布染上顏色、貼上金箔紙做成的鳥兒燈，有用蕉葉、萬穗蘭外莢編成的，也有以百日紅或金錢菊裝飾的花燈，其中央都會點上香燭。無論何種造型的水燈，我們都稱為「**กระทง**」（嘎通）。其實，只要你仔細看，水燈節當晚，出現最多的，還是泰國人自己DIY的水燈。

（三）泰國傳統的情人節

水燈節因祭祀而來，但是近年來，節日的意義卻在漸漸變化，儘管有人依然虔誠地敬拜河神，希望水燈把災難與不幸統統帶走，但總而言之，酬神的意味已經淡薄，娛樂商業的性質卻明顯增強。尤其針對未婚的青年男女來說，水燈節似乎已變成泰國傳統的「情人節」了。

因此，每到水燈節，泰國各地的青年人都懷著以水燈為緣，找個如意愛人的甜蜜夢想，湧向昭披耶河畔或清邁等燈會最盛的城市。他們與情人相約而來，同放水燈，祈求永遠相愛；也有人獨自來到河邊，放下親手製作的水燈，希望早結良緣，河畔四處皆是成雙成對或者孤形單影的青年男女，在燈夜裡形成浪漫詩情的畫面。而更有趣的是，許多老年人也樂於在此時重返燈節勝地，流連忘返。

（四）เพลงวันลอยกระทง　水燈節之歌

วันเพ็ญ เดือน สิบสอง น้ำ ก็ นอง เต็ม ตลิ่ง

wan pʰen duean sibˇ sorngˊ nam~ korˋ norng tem taˇ-lingˇ

臘月河水高漲

เรา ทั้งหลาย ชาย หญิง

rao tʰang~ laiˊ cʰai yingˊ

大夥男男女女

สนุก กัน จริง วัน ลอย กระทง

saˇ-nukˇ kan jing wan loi kra-tʰong

一同過個快樂的水燈節

ลอย ลอย กระทง ลอย ลอย กระทง

loi loi kra-tʰong loi loi kra-tʰong

放放水燈　放放水燈

ลอย กระทง กัน แล้ว

loi kra-tʰong kan laeo~

一同放了水燈

ขอ เชิญ น้อง แก้ว ออก มา รำวง

kʰor´ cʰern norng~ kaeo` ork˘ ma ram-wong

邀請美麗女孩加入我們（古代用語，用**แก้ว**（kaeo` / 小妹）代替美麗的女孩）

รำวง วัน ลอย กระทง

ram-wong wan loi kra-tʰong

手舞足蹈的水燈節行列

รำวง วัน ลอย กระทง

ram-wong wan loi kra-tʰong

手舞足蹈的水燈節行列

บุญ จะ ส่ง ให้ เรา สุขใจ

bun ja˘ song˘ hai` rao suk˘ jai

福報會帶來喜悅

บุญ จะ ส่ง ให้ เรา สุขใจ

bun ja˘ song˘ hai` rao suk˘ jai

福報會帶來喜悅

第十四課 單音韻母◌อ和เ◌าะ的拼音法

一 สระ ◌อ [or]拼音練習

（一）拼音練習——中音聲母

MP3-188

例 จอ唸做จอ ออ จอ（ㄓㄛ ㄛ ㄓㄛ）（jor-or-jor）

聲韻調口訣 中 長 1聲（類似華語第1聲）

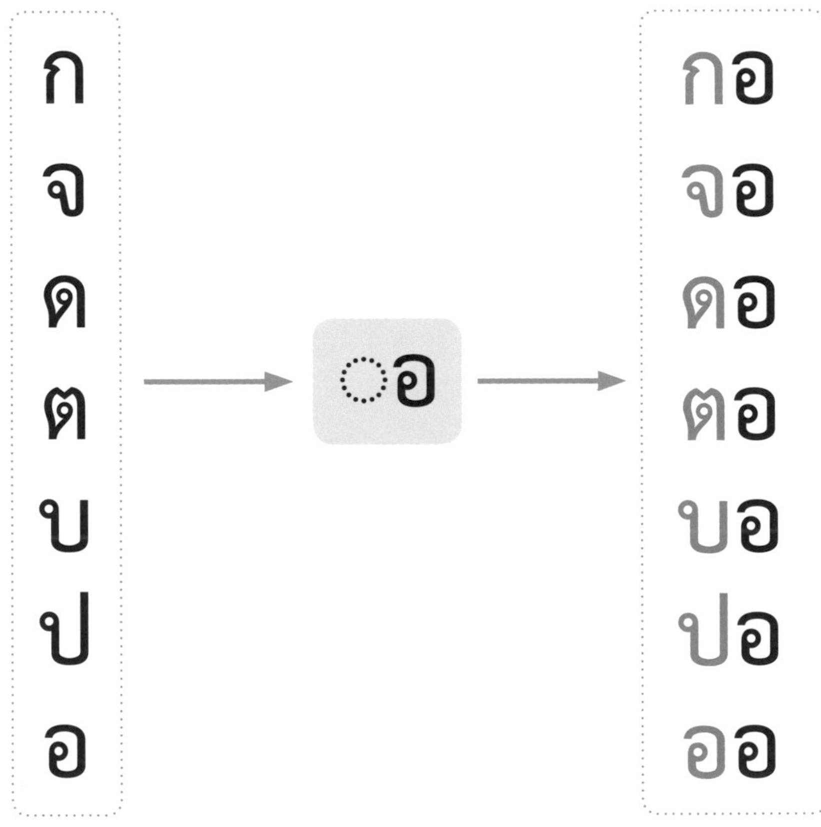

（二）拼音練習——高音聲母

MP3-189

例 ขอ唸做ขอ ออ ขอ（ㄎㄛˊ ㄛ ㄎㄛˊ）（kʰor´-or-kʰor´）

聲韻調口訣 高 長 5聲（類似華語第2聲）

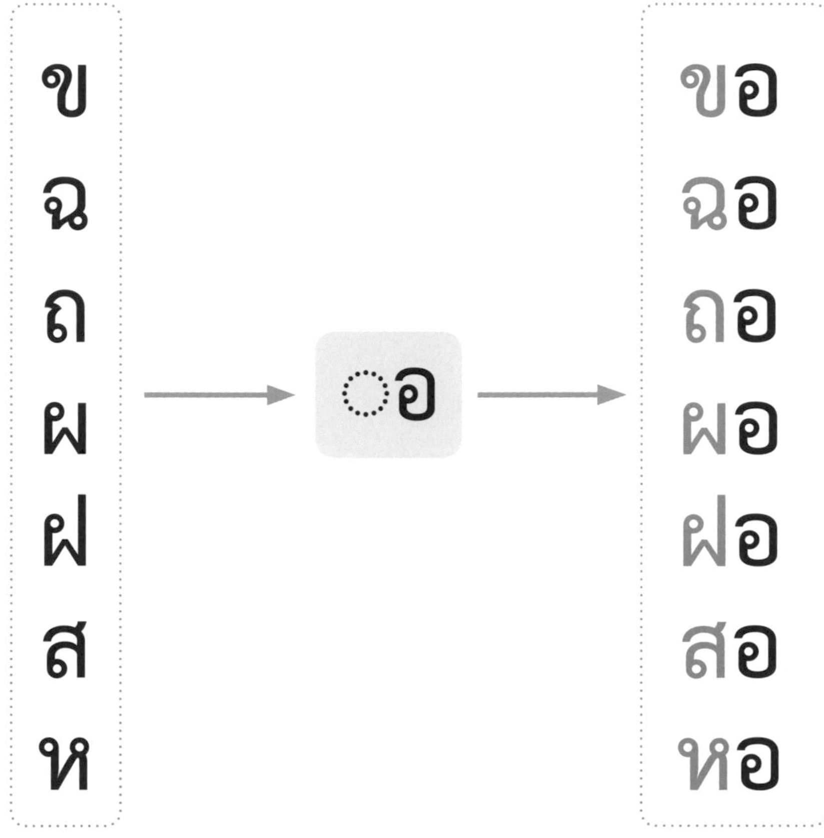

（三）拼音練習——低音聲母

MP3-190

例 คอ唸做คอ ออ คอ（ㄎㄛ ㄛ ㄎㄛ）（k^{h}or-or-k^{h}or）

聲韻調口訣 低 長 1聲（類似華語第1聲）

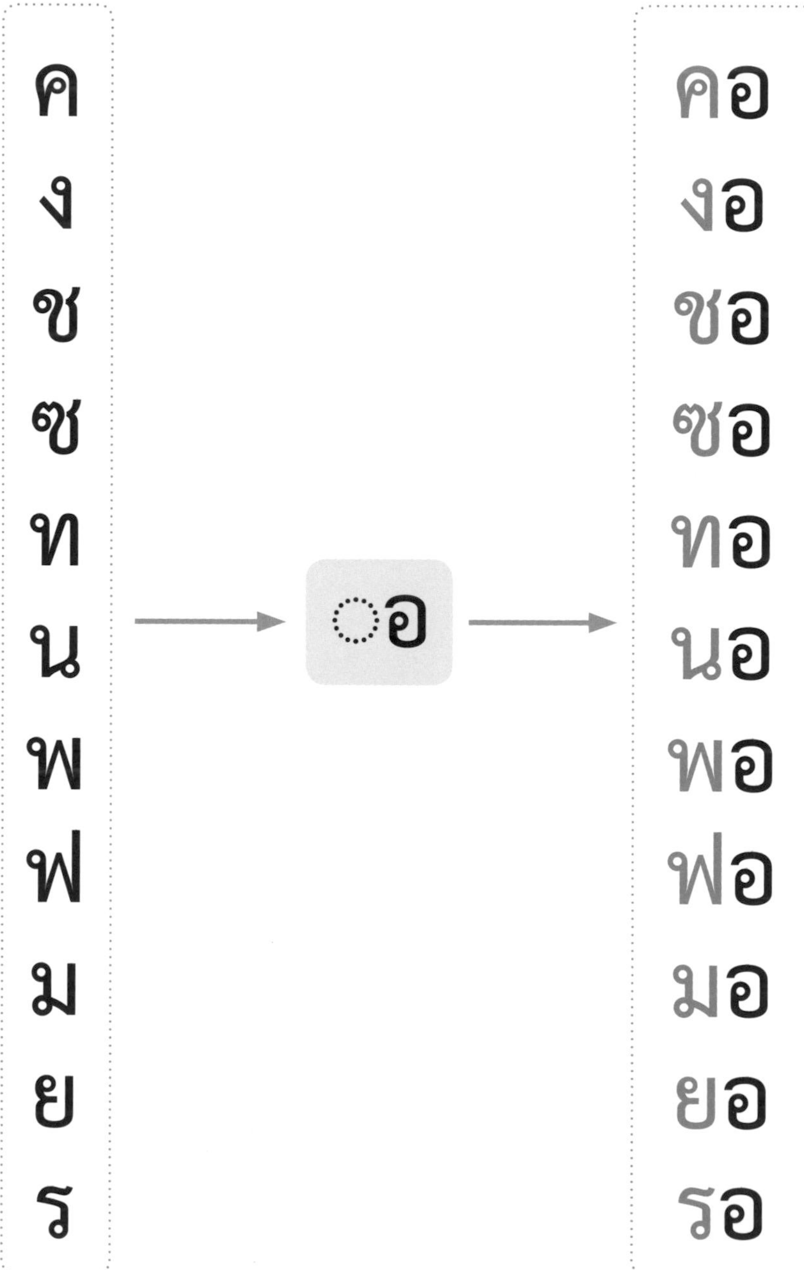

（四）คำศัพท์ 語詞練習

MP3-191

ตะขอ ㄉㄚ˙ ㄎㄛˊ taˇ kʰorˊ 鉤子	คอ ㄎㄛ kʰor 脖子	กอด kordˇ 擁抱
จอดรถ jordˇ rod~ 停車	จอบ jorbˇ 鋤頭	ช้อน cʰorn~ 湯匙
ซ่อม sorm` 修理、修繕	ซองบุหรี่ sorng buˇ reeˇ 菸盒	ดอกไม้ dorkˇ mai~ 花
ดินสอ ㄉㄧㄣ ㄙㄛˊ din sorˊ 鉛筆	ถอด tʰordˇ 脱、解	ถอนขน tʰornˊ kʰonˊ 拔毛
ถอยรถ tʰoiˊ rod~ 倒車	ชาวดอย cʰao doi 山民	ตอบ torbˇ 回答
ต่อย toiˇ （用拳頭）擊、打架	ท่อ ㄊㄛˋ tʰor` 管、管道	ทอง tʰorng 黃金、金的

第十四課

ท้อง t^{h}orng~ 腹部、肚子	ทอด t^{h}ord` 油炸、油煎	ท่องเที่ยว t^{h}orng` t$^{h}$iao` 旅行、遊覽
ทอนเงิน t^{h}orn ngern 找錢	น้อง norng~ 弟弟、妹妹	นอน norn 睡覺

（五）ฝึกอ่านประโยค 句子練習

MP3-192

❶ บิดา ถอย รถ เข้า ที่จอดรถ

biˇ-da t^{h}oi´ rod~ k^{h}ao` t$^{h}$ee` jordˇ rod~

父親倒車入車庫。

❷ ตา วาง ซอง บุหรี่ บน โต๊ะ

ta wang sorng buˇ reeˇ bon toe~

外公把菸盒放在桌子上。

備註 泰文句子的寫法字詞之間不會有空格，但為了幫助學習者拼音，本書在每一個語詞之間空了一格，以方便學習者的方式編寫。

唷呀小叮嚀
請照著MP3錄音檔多多練習拼音，發音一定會進步的！繼續努力！

恭喜你！學會了◌อ韻母的拼音

二 สระ เ◌าะ [oa]拼音練習

（一）拼音練習——中音聲母

MP3-193

例 เกาะ唸กอ เอาะ เกาะ（ㄍㄡ ㄛ˙ ㄍㄛˇ）（kor-oa-koaˇ）

聲韻調口訣 中 短 2聲（類似華語第3聲）

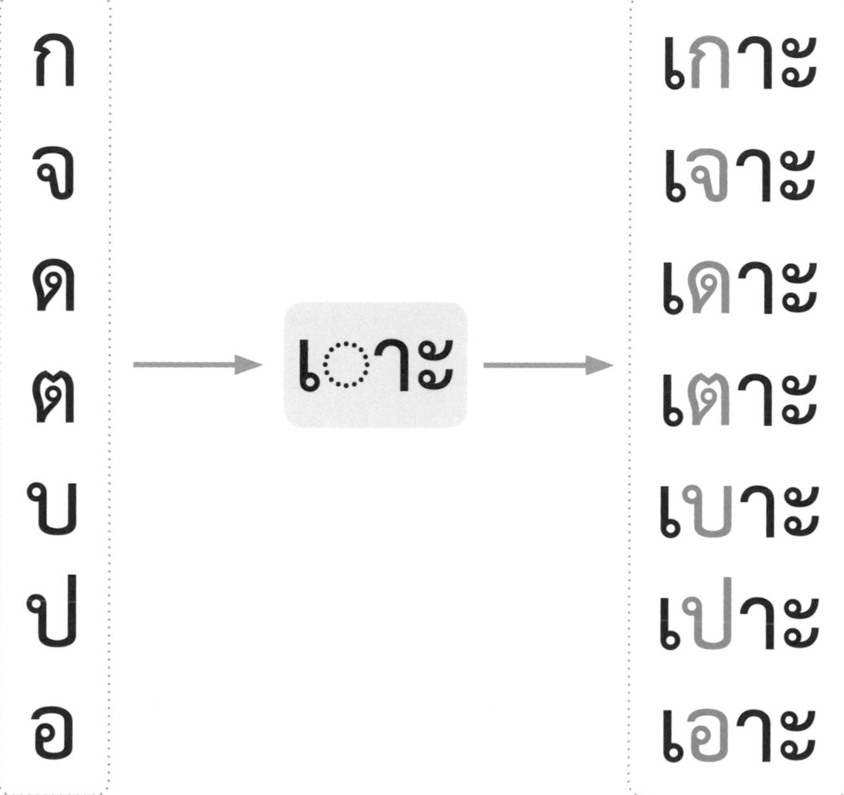

（二）拼音練習——高音聲母

MP3-194

例 เผาะ唸ผอ เอาะ เผาะ（ㄆㄛˊ ㄛ˙ ㄆㄛˇ）（pʰor´-oa-pʰoaˇ）

聲韻調口訣 高 短 2聲（類似華語第3聲）

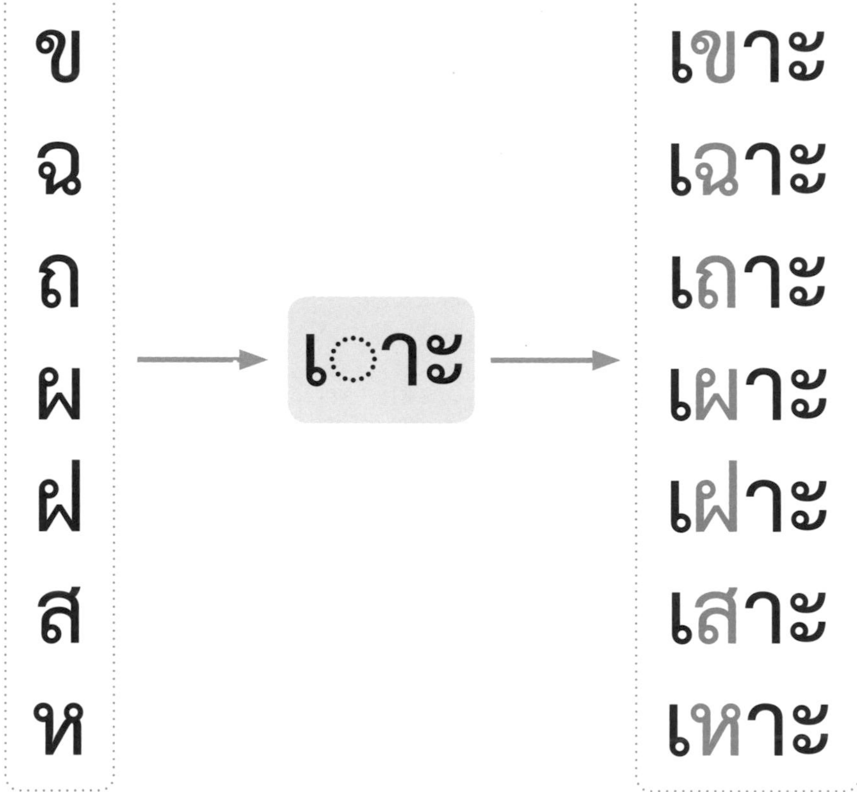

（三）拼音練習——低音聲母

MP3-195

例 เทาะ唸ทอ เอาะ เทาะ（ㄊㄛ ㄛˋ ㄊㄛ~）（tʰor-oa-tʰoa~）

聲韻調口訣 低 短 4聲（無對應華語聲調）

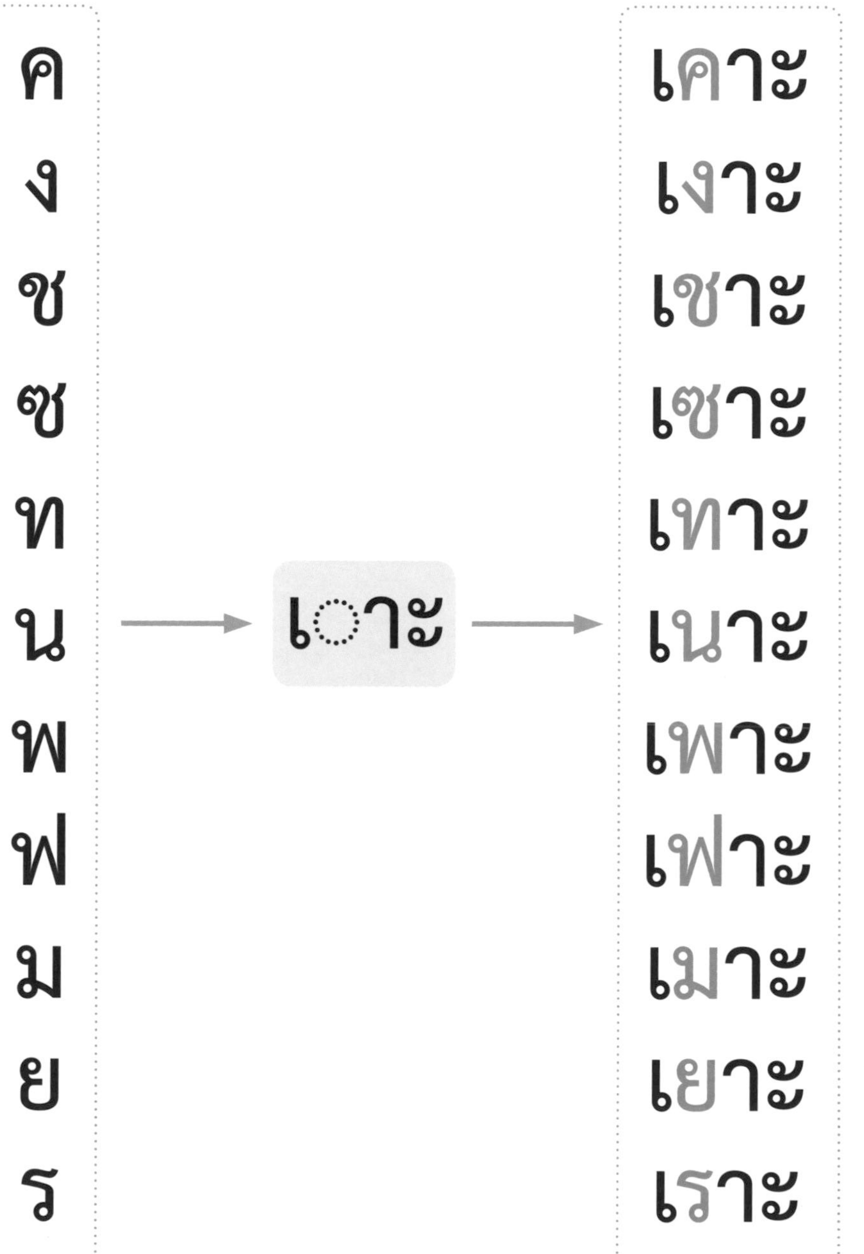

（四）คำศัพท์ 語詞練習

MP3-196

泰文	注音	拼音	中文
เงาะ		ngoa~	紅毛丹
เบาะ		boaˇ	坐墊
เกาะ	˙ㄍㄛ	koaˇ	島嶼、抓著
เคาะ	ㄎㄛ~	kʰoa~	敲、打、擊
เพาะปลูก	ㄆㄛ~ ㄅㄨㄌㄨˇ	pʰoa~ plook	種植、耕種
เปราะ		proaˇ	脆、酥脆
หัวเราะ		huaˊ roa~	笑
ทะเลาะ	ㄊㄚ~ ㄌㄛ~	tʰa~ loa~	爭吵
ละเมาะ	ㄌㄚ~ ㄇㄛ~	la~ moa~	小樹林
เจาะเลือด		joaˇ lueadˋ	抽血
เฉาะ	˙ㄔㄛ	cʰoaˇ	（用刀尖）砍、劈開
เซาะ	ㄙㄛ~	soa~	（水流）沖刷、侵蝕
เกาะมือ		koaˇ mue	抓著手
ปีเถาะ	ㄅㄧ ˙ㄊㄛ	pee tʰoaˇ	兔年
เสาะหา	˙ㄙㄛ ㄏㄚˊ	soaˇ haˊ	搜尋
ขาเดาะ	ㄎㄚˊ ˙ㄉㄛ	kʰaˊ doaˇ	腳骨裂
เบาะแส		boaˇ saeˊ	線索、蛛絲馬跡
เปลาะ		ploaˇ	（繩索的）結距

เพราะ pʰroa~ 悅耳、好聽、動聽、因為	เพาะกาย ㄆㄛ~ ㄍㄞ pʰoa~ kai 健身	เยาะเย้ย yoa~ yoei~ 譏笑、嘲笑
เลาะ ㄌㄛ~ loa~ 沿著	ใจเสาะ ㄓㄞ ㄙㄛˇ jai soaˇ 膽怯	เหาะ ㄏㄛˇ hoaˇ 飛、飛騰、騰空

（五）ฝึกอ่านประโยค 句子練習

MP3-197

❶ ตาสี ใจเสาะ ไม่ กล้า เจาะ เลือด

ta seeˊjai soaˇ maiˋ klaˋ joaˇ lueadˋ

席外公膽怯不敢抽血。

❷ บิดา ไป เกาะ ไป เสาะหา เงาะ

biˇ-da pai koaˇ pai soaˇ haˊ ngoa~

父親去島嶼尋找紅毛丹。

備註 泰文句子的寫法字詞之間不會有空格，但為了幫助學習者拼音，本書在每一個語詞之間空了一格，以方便學習者的方式編寫。

唷呀小叮嚀
請照著MP3錄音檔多多練習拼音，發音一定會進步的！繼續努力！

恭喜你！學會了เ◌าะ韻母的拼音

การใช้ [นี้] [นั้น] [นี่] [นั่น]

「這」和「那」的使用

MP3-198

ผู้ชาย คน นี้ หล่อ มาก ๆ

pʰoo` cʰai kʰon nee~ lorˇ mak` mak`

這個男孩很帥。

ผู้หญิง คน นั้น สวย จริง ๆ

pʰoo` ying kʰon nan~ suai´ jing jing

那個女孩很漂亮。

นั่น คือ เด็กผู้หญิง คน ที่ ฉัน พูด ถึง

nan` kʰue dekˇ pʰoo` ying´ kʰon tʰee` cʰan´ pʰood` tʰueng´

那是我提到的女孩。

นี่ คือ สมุดจด ของ คุณครู

nee` kʰue saˇ-mudˇ jodˇ kʰorng´ kʰun kʰroo

這是老師的筆記本。

วันพ่อ

泰國重要節日——父親節

（一）泰國父親節的起源

泰國的父親節是每年的12月5日，也是泰國九世皇蒲美蓬・阿杜德的生日（西元1927年12月5日）。此外，泰國政府也訂定美人蕉花為代表父親節的花。

12月5日的這一天，不僅是泰國九世皇蒲美蓬・阿杜德的生日以及父親節，也是泰國的國慶日。原本泰國的國慶日是6月24日，因為這一天泰國由君主專制制度改為君主立憲制度。西元1939年6月24日這一天，鑾披汶元帥當總理時，舉辦第一次的國慶慶典。

自此，泰國的國慶日都維持在6月24日這一天，長達21年之久。直到西元1960年，沙立・他那叻陸軍元帥當總理時，覺得6月24日這一天有許多不太合宜之處，經國家發展委員會討論後認為，為了符合泰國的風俗民情，同時也讓人民感念泰皇對國家犧牲奉獻的功績，所以將九世皇蒲美蓬・阿杜德的生日訂定為泰國的國慶日，並沿用至今。

（二）泰國父親節的意義

泰國現行的國慶日於西元1980年正式舉辦，是為了提倡「父親應受兒女們的讚揚與頌揚」的美德。泰國九世皇蒲美蓬・阿杜德是一位偉大的父親，不僅平時要照顧自己肉身的兒女，也十分辛勞地協助解決諸多民生問題，他的德政，深受人民愛戴與感懷，因此每一位泰國的百姓都樂意尊稱他為國家（人民）的父親。

（三）舉辦父親節的目的

1. 為了頌揚九世皇蒲美蓬•阿杜德的德望。
2. 為了頌揚父親的恩德，並讚揚父親對家庭社會的貢獻。
3. 為了讓兒女們能向父親感恩。
4. 為了讓父親能意識到自己的義務及責任。
5. 為了讚揚父親的德行及為社會立下好榜樣的兒女們。
6. 為了保護及維護泰國美好的風俗文化。

第十五課 單音韻母เ◌อ和เ◌อะ的拼音法

一 สระ เ◌อ [er]拼音練習

（一）拼音練習——中音聲母

MP3-199

例 เจอ唸做จอ เออ เจอ（ㄓㄛ ㄜ ㄓㄜ）（jor-er-jer）

聲韻調口訣 中 長 1聲（類似華語第1聲）

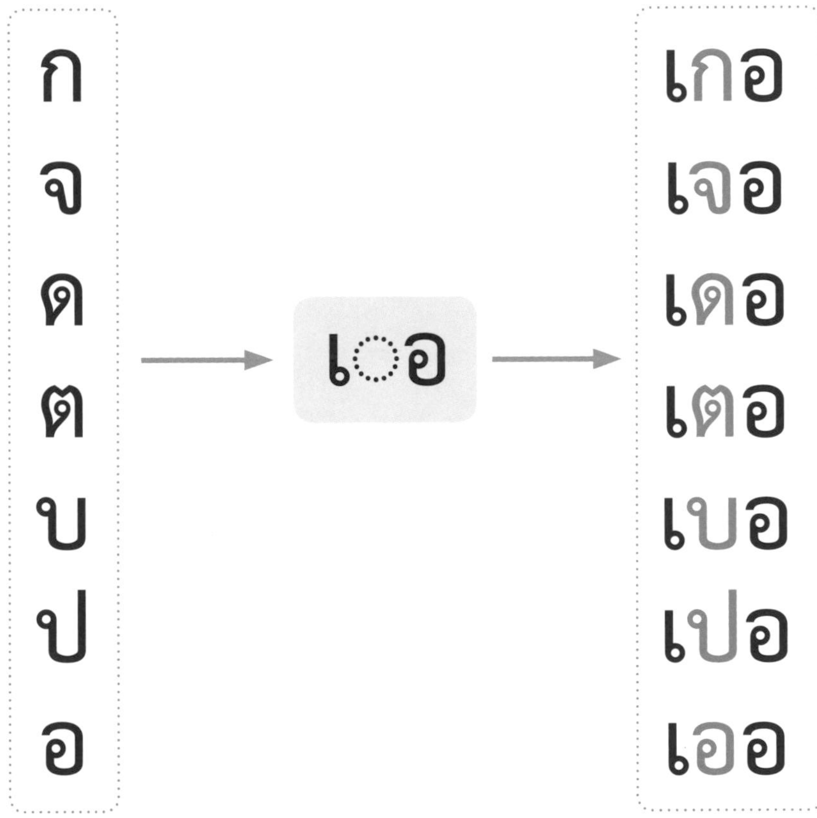

（二）拼音練習——高音聲母

MP3-200

例 เผอ唸做ผอ เออ เผอ（ㄆㄛˊ ㄜ ㄆㄜˊ）（pʰor´-er-pʰer´）

聲韻調口訣 高 長 5聲（類似華語第2聲）

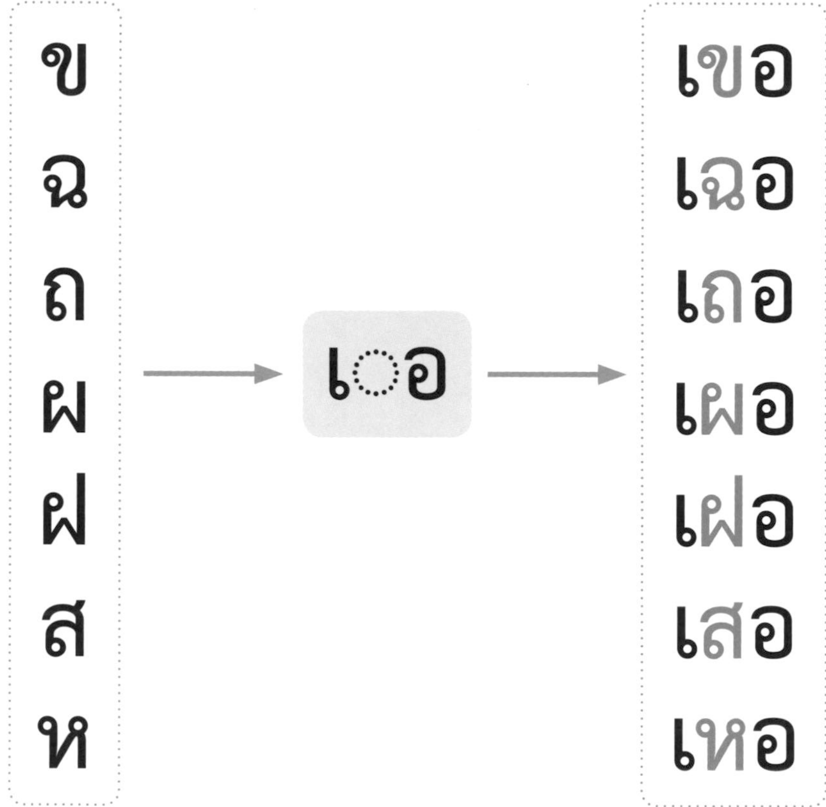

（三）拼音練習——低音聲母

MP3-201

例 เธอ唸做ธอ เออ เธอ（ㄊㄛ ㄜ ㄊㄜ）（tʰor-er-tʰer）

聲韻調口訣 低 長 1聲（類似華語第1聲）

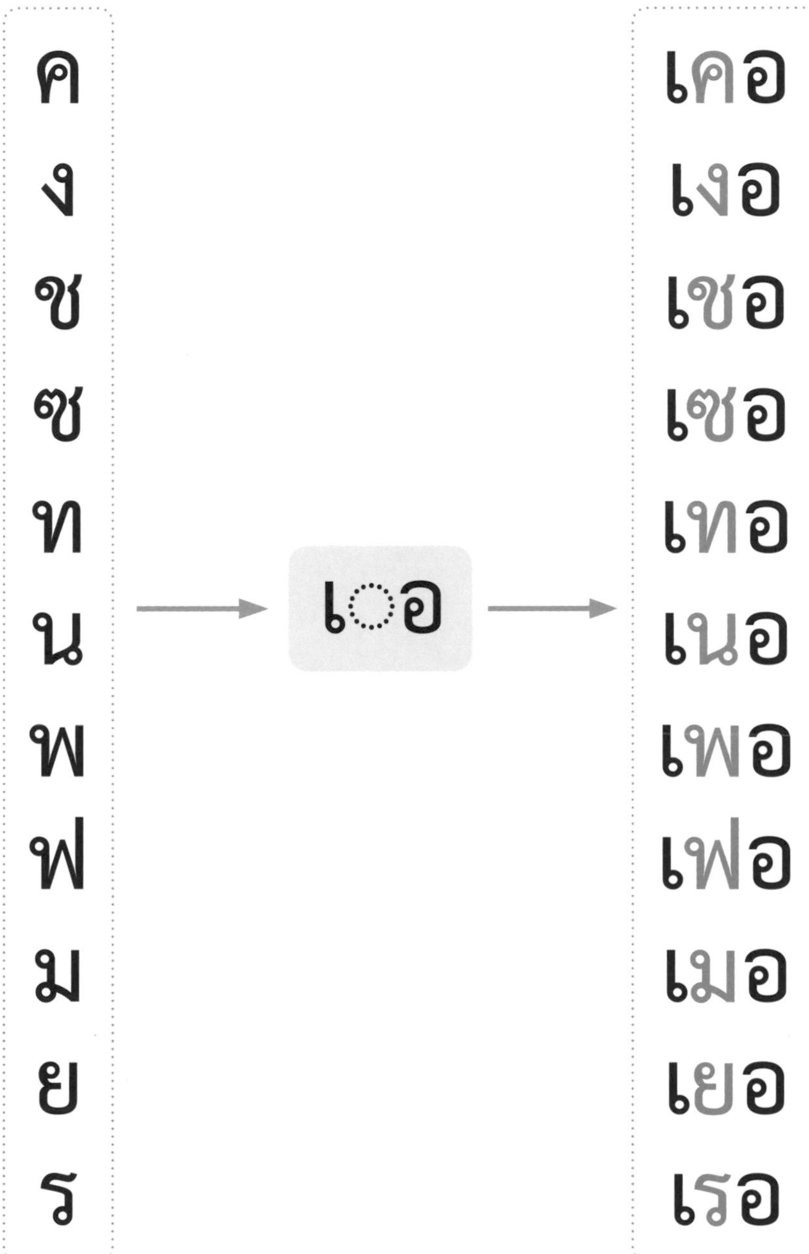

（四）คำศัพท์ 語詞練習

MP3-202

เจอ ㄓㄜ jer 遇見、碰見	เธอ ㄊㄜ tʰer 妳	เกลอ kler 伙伴、好友
เงิน ngern 錢	เชิงเขา cʰerng kʰao´ 山腳	เชิญ ㄔㄣ cʰern 請、邀、邀請
เชิดหน้า cʰerd` na` 昂首、抬頭	เชิ้ต cʰerd~ 襯衫	เดิน ㄉㄣ dern 走
เดินขบวน dern kʰaˇ buan 遊行	เดิม derm 原、舊、故	เดิมพัน derm pʰan 賭注、賭金、下賭注
เจอเธอ ㄓㄜ ㄊㄜ jer tʰer 遇到妳	เติบโต terbˇ to 長大	เติม term 增、添、加
เติมน้ำ term nam~ 加水、添水	เถิด tʰerdˇ （語助詞）吧	เทิดทูน tʰerd` tʰoon 推崇、抬舉

เนย noei 奶油	เนิน nern 高地、丘陵	เนินทราย nern sai 沙丘
เนิ่นนาน nern` nan 很久、長時間	เบิกเงิน berkˇ ngern 提款、領款	เปิด perdˇ 開、打開、掀開

（五）ฝึกอ่านประโยค 句子練習

MP3-203

❶ ปิติ ไป เดินขบวน เจอ สีดา

piˇ-tiˇ pai dern kʰaˇ buan jer see´-da

彼邸去遊行遇到席搭。

❷ บิดา เธอ ไป ทำ ธุระ

biˇ-da tʰer pai tʰam tʰu~ ra~

妳父親去辦事情。

備註 泰文句子的寫法字詞之間不會有空格，但為了幫助學習者拼音，本書在每一個語詞之間空了一格，以方便學習者的方式編寫。

唷呀小叮嚀

請照著MP3錄音檔多多練習拼音，發音一定會進步的！繼續努力！

恭喜你！學會了เ◌อ韻母的拼音

二 สระ เ◌อะ [er]拼音練習

（一）拼音練習——中音聲母

MP3-204

例 เจอะ唸จอ เออะ เจอะ（ㄓㄛ ㄜ˙ ㄓㄜˇ）（jor-er-jerˇ）

聲韻調口訣 中 短 2聲（類似華語第3聲）

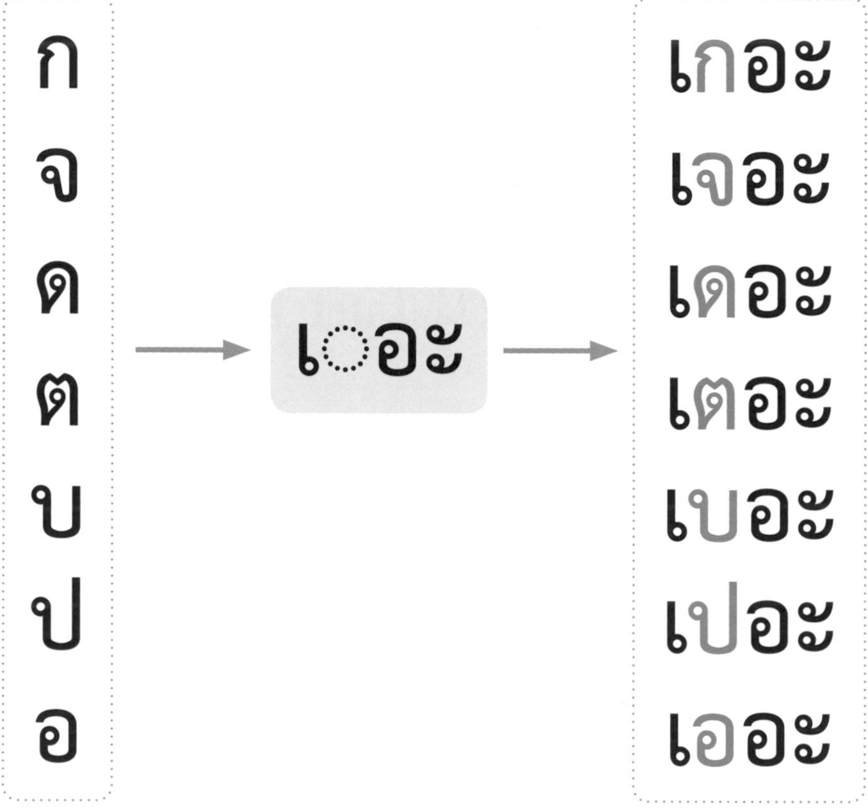

（二）拼音練習——高音聲母

MP3-205

例 เถอะ唸ถอ เออะ เถอะ（ㄊㄛˊ ㄜ˙ ㄊㄜˇ）（t^{h}or´-er-t^{h}erˇ）

聲韻調口訣 高 短 2聲（類似華語第3聲）

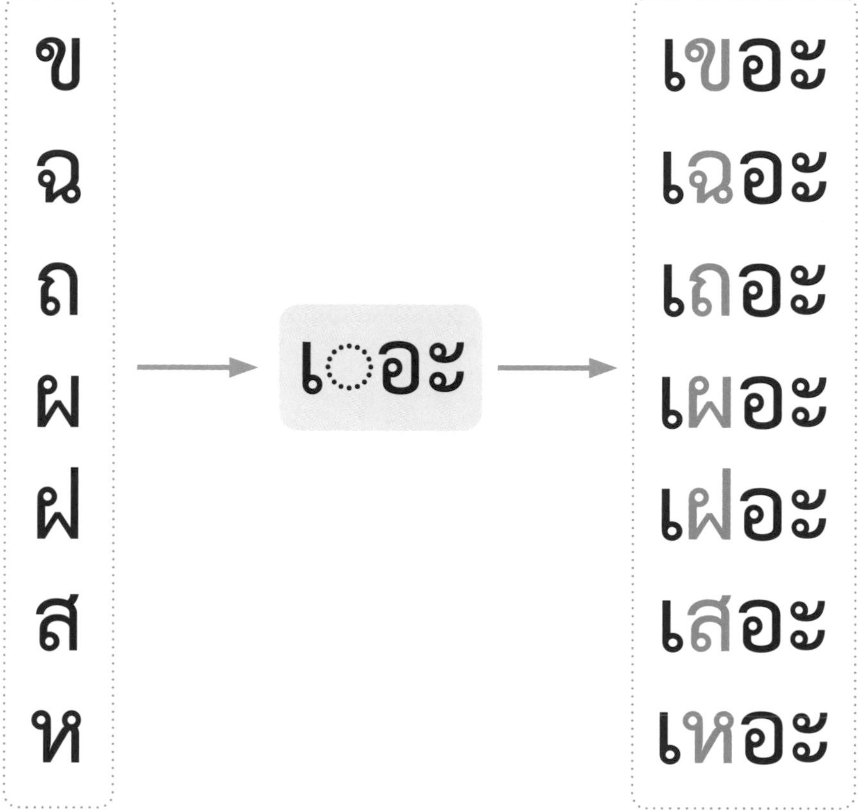

第十五課

（三）拼音練習——低音聲母

MP3-206

例 เยอะ唸ยอ เออะ เยอะ（ㄧㄛ ㄜˊ ㄧㄜ~）（yor-er-yer~）

聲韻調口訣 低 短 4聲（無對應華語聲調）

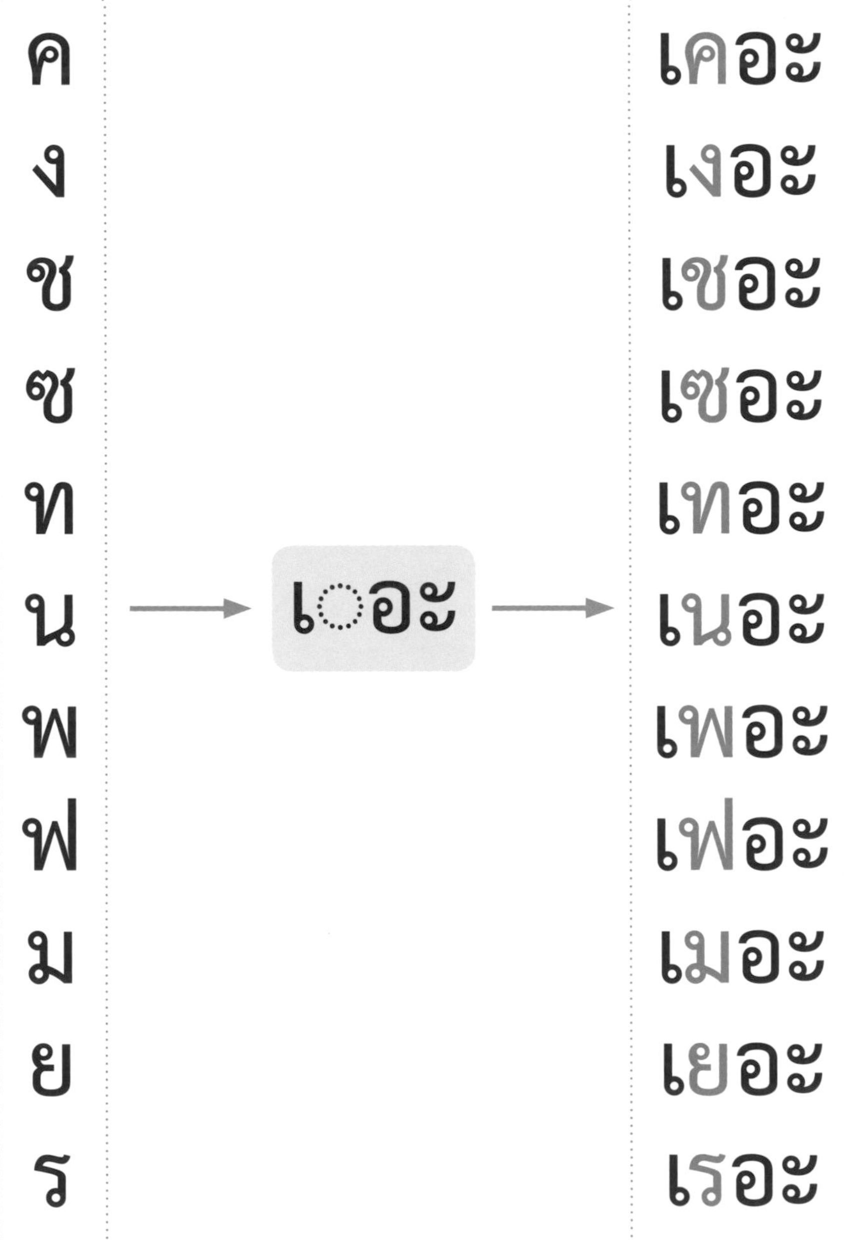

（四）คำศัพท์ 語詞練習

MP3-207

泰文	注音	拼音	中文
เจอะ	˙ㄓㄜ	jerˇ	遇見、碰見
เถอะ	˙ㄊㄜ	t^herˇ	（語助詞）吧
เหอะ	˙ㄏㄜ	herˇ	（語助詞）吧
เยอะ		yer~	很多
เบอะ		berˇ	（傷口）大
เงอะงะ		nger~ nga~	笨拙
เฉอะแฉะ	˙ㄔㄜ ˙ㄔㄝ	c^herˇ c^haeˇ	（道路）泥濘
เชอะ	ㄔㄜ~	c^her~	嗤，表示鄙視的嘆詞
เซอะซะ	ㄙㄜ~ ㄙㄚ~	ser~ sa~	笨拙
เดี๋ยวเถอะ		diao´ t^herˇ	一會兒有你好看的（威脅的話）
เทอะทะ	ㄊㄜ~ ㄊㄚ~	t^her~ t^ha~	笨重、笨拙
เยอะแยะ		yer~ yae~	非常多、多的是
เลอะเทอะ	ㄌㄜ~ ㄊㄜ~	ler~ t^her~	髒污、糊塗
เบอะบะ		berˇ baˇ	肥胖
เฟอะฟะ	ㄈㄜ~ ㄈㄚ~	fer~ fa~	腐爛、潰爛
เลอะเลือน		ler~ luean	（記憶）模糊而紊亂
เหนอะหนะ	˙ㄋㄜ ˙ㄋㄚ	nerˇ naˇ	黏呼呼
ไปเถอะ	ㄅㄞ ˙ㄊㄜ	pai t^herˇ	去吧

第十五課

มาเหอะ ㄇㄏ ㄚㄜ˙	มีเยอะ	กินเยอะ
ma herˇ	mee yer~	kin yer~
來吧	有很多	吃很多
เลอะ ㄌㄜ~	เปรอะ	เปรอะเปื้อน
ler~	prerˇ	prerˇ puean`
骯髒、汙穢	沾污	弄髒

(五) ฝึกอ่านประโยค 句子練習

MP3-208

❶ ปิติ ตัว เลอะเทอะ

piˇ-tiˇ tua ler~ tʰer~

彼邸的身體骯髒。

❷ บิดา มี เพื่อน เยอะ

biˇ-da mee pʰuean` yer~

爸爸有很多朋友。

備註 泰文句子的寫法字詞之間不會有空格，但為了幫助學習者拼音，本書在每一個語詞之間空了一格，以方便學習者的方式編寫。

唷呀小叮嚀
請照著MP3錄音檔多多練習拼音，發音一定會進步的！繼續努力！

恭喜你！學會了เ◌อะ韻母的拼音

ขนมหวานไทย

泰國甜點

MP3-209

คุณ ชอบ ทาน ขนมหวาน อะไร คะ?

k^{h}un c^{h}orbˋ t^{h}an k^{h}aˇ-nomˊ wanˊ aˇ-rai k^{h}a~

你喜歡吃什麼甜點？

ผม ชอบ ทาน ข้าวเหนียว มะม่วง ครับ

p^{h}omˊ c^{h}orbˋ t^{h}an k^{h}aoˋ niaoˊ ma~-muangˋ k^{h}rab

我喜歡吃芒果糯米飯。

แล้ว คุณ ล่ะ ครับ

laeo~ k^{h}un laˋ k^{h}rab

那妳呢？

ฉัน ชอบ ทาน ขนม ทองหยิบทอง หยอด มากกว่า ค่ะ

cʰan´ cʰorb` tʰan kʰaˇ-nom´ tʰorng yibˇ tʰorng yordˇ mak` kwaˇ kʰa`

我比較喜歡吃拾金糕、金球。

คำศัพท์เพิ่มเติม 補充語詞練習

MP3-210

โรตีกล้วยไข่ ro-tee kluai` kʰaiˇ 香蕉煎餅	กล้วยย่าง kluai` yang` 炭烤香蕉	เฉาก๊วย cʰao´ kuai~ 仙草凍
ฝอยทอง foi´ tʰorng 金絲片	ขนมเบื้อง kʰaˇ-nom´ bueang` 椰奶薄餅	ขนมบัวลอย kʰaˇ-nom´ bua loi 椰汁湯圓
ขนมชั้น kʰaˇ-nom´ cʰan~ 泰式千層糕	ขนมครก kʰaˇ-nom´ kʰrok~ 脆皮椰奶布丁	ขนมหม้อแกง kʰaˇ-nom´ mo` kaeng 黃豆椰汁蒸糕
โรตีสายไหม ro-tee sai´ mai´ 糖鬚春捲		

ทองหยิบ、ทองหยอด

泰式吉祥甜點——拾金糕（t^{h}orng-yib）、金球（t^{h}orng-yord）你吃過了嗎？

泰國人喜歡吃甜點，逢年過節時，更是喜歡，還會將甜點當作禮物互相贈送。泰國的甜點五花八門，且細膩精緻，色香味俱全，據統計，各地甜點有200多種。

泰式甜點的特徵，除了擁有精緻的外表，還有著令人讚不絕口的味道。泰式甜點經常採用天然的原料，每一樣都有自己獨一無二的名字和各自的含義，例如好運等等。

吉祥甜點——拾金糕或金球——往往是最受歡迎的甜點名單之一，各種宴會場合，經常拿此來當糕點，例如結婚宴會、出家剃頭典禮、生日宴會或新居落成等等，原因就是其名字有「**ทอง**」，意即「黃金」，可傳達金銀寶石、富貴、豐盛之意。

「拾金糕」外形猶如一朵金色的花朵，要精雕細刻才能做出猶如真花一樣的花瓣來。**หยิบ**（yib）意為「拾、撿」。**ทองหยิบ**（t^{h}orng yib）就是撿到金子的意思。泰國人相信，如果把這種點心用於喜慶的儀式上，或作為禮物送給別人，能夠給人帶來財富，擁有福氣。

「金球」的形狀似球，色澤形狀誘人，主要食材為蛋黃，輔之以椰汁、椰奶。常常與**ฝอยทอง**（金絲 / foi t^{h}orng）搭配裝盤，十分美味可口，名稱也富吉祥之意，泰國人常於重要的喜慶場合，將金球作為送給長輩或好朋友的禮物，祝福他們財富滾滾來。

但大家是否好奇，拾金糕及金球的由來如何？是從哪些時代就出現過且深受喜愛的呢？

（一）拾金糕及金球的由來

多數人可能會以為拾金糕及金球是泰國傳統的糕點、百分之百是泰國人所發明。但實際上，拾金糕和金球是從葡萄牙來的，它們之所以能成為頗富盛名的泰國糕點，與大城王朝時期，泰國與外國及歐洲人士往來密切有關。當時泰國有很多機會接觸並學習外國文化與生活方式，之後再把這樣的文化消化並融入泰式文化，包含穿著服飾、食物等。嚴格說來，泰國人在大城王朝時期就已經認識拾金糕及金球這兩種外來糕點。

（二）金黃色糕點食譜的傳承

在大城王朝時期，泰國就開始和外國人往來商務貿易。大城王朝納瑞宣大帝在位時，第一隊日本兵越洋到泰國來當傭兵，當時有一位葡萄牙及日本的混血女子名叫瑪麗，她和全家隨著軍隊遷徙到泰國大城居住。之後，瑪麗進宮服侍，擔任御膳房負責人，管理所有宮內的金銀器具，因此，她將一些葡萄牙的甜點，特別是拾金糕、金球及金絲條等甜點的食譜，傳授給宮內的侍女，這些人便把製作拾金糕及金球的方法傳入泰國民間。

雖然拾金糕及金球並非是泰國原創的糕點，它卻是自大城王朝時期就陪伴泰國人至今，因此，每位泰國人均認為拾金糕及金球是他們自己最原始的傳統甜點。

第十六課 雙音韻母◌ัว和◌ัวะ的拼音法

一 สระ ◌ัว [ua]拼音練習

（一）拼音練習——中音聲母

MP3-211

例 บัว唸做บอ อัว บัว（bor-ua-bua）

聲韻調口訣 中 長 1聲（類似華語第1聲）

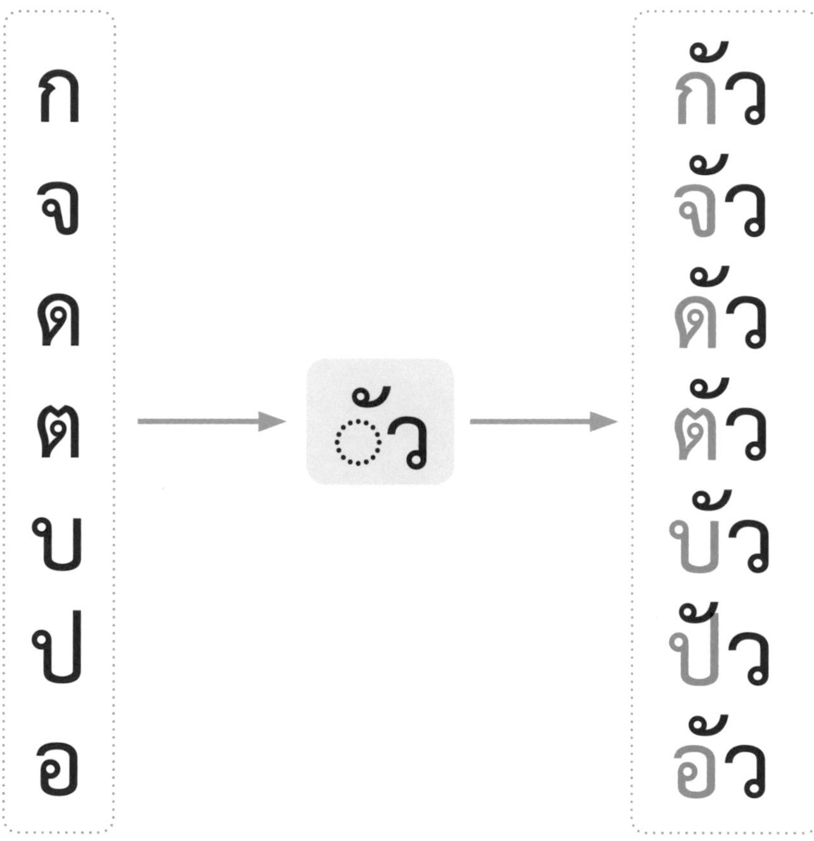

（二）拼音練習——高音聲母

MP3-212

例 ผัว唸做ผอ อัว ผัว（ㄆㄛˊ ㄨㄨㄛ ㄆㄨㄛˊ）（pʰor´-ua-pʰua´）

聲韻調口訣 高 長 5聲（類似華語第2聲）

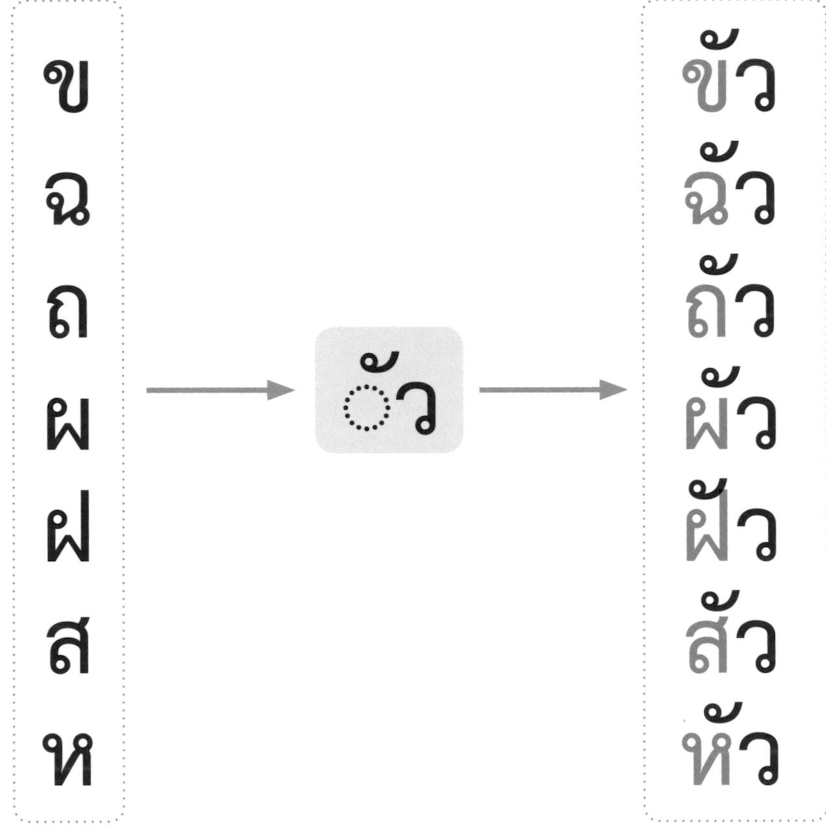

（三）拼音練習——低音聲母

MP3-213

例 มัวบ่านมอ อัว มัว（ㄇㄛ ㄨㄨㄛ ㄇㄨㄛ）（mor-ua-mua）

聲韻調口訣 低 長 1聲（類似華語第1聲）

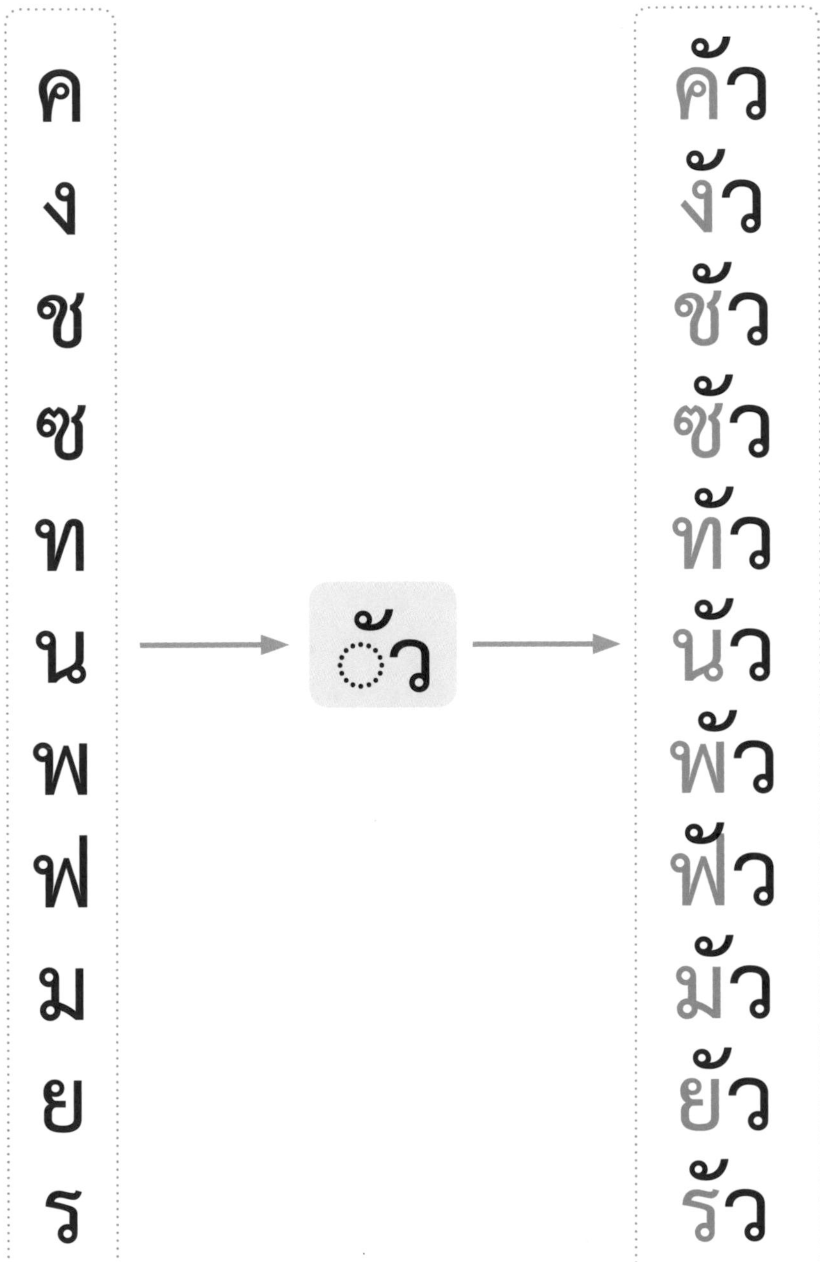

第十六課

(四) คำศัพท์ 語詞練習

MP3-214

วัว wua 牛	หัว ㄏㄨㄛˊ hua´ 頭	ใบบัว bai bua 荷葉
กลัว klua 害怕	ครัว k^hrua 廚房	คั่ว ㄎㄨㄛˋ k^hua` 乾炒
ถั่ว ㄊㄨㄛˇ t^huaˇ 豆子	ตั๋ว tua´ 票、券	ผัว ㄆㄨㄛˊ p^hua´ 老公
ขั้วโลกใต้ k^hua` lok` tai` 南極	ชั่ว ㄔㄨㄛˋ c^hua` 壞、惡、劣	ชัวร์ ㄔㄨㄛ c^hua 確信、有把握
ตัวเลข tua lek` 數字、號碼	ตัวผู้ ㄉㄨㄛ ㄆㄨˋ tua p^hoo` 公的	ตัวเมีย ㄉㄨㄛ ㄇㄧㄚ tua mia 母的
ตั้วกอ ㄉㄨㄛˋ ㄍㄡ tua` kor 大哥	ตั๋วจำนำ tua´ jam nam 當票	ตั๋วโดยสาร tua´ doi san´ 車票

ถั่วเหลือง t^{h}uaˇ lueang´ 黃豆	ทัวร์ ㄊㄨㄛ t^{h}ua 旅行、旅遊	นัวเนีย ㄋㄨㄛ ㄋㄧㄚ nua nia 亂成一團
บัวลอย bua loi 湯圓	พลั่ว plua` 鐵鏟	ตามัว ㄉㄚ ㄇㄨㄛ ta mua 眼花

（五）ฝึกอ่านประโยค 句子練習

MP3-215

1 ผัว ของ ฉัน กลัว ผี มาก

p^{h}ua´ k^{h}orng´ c^{h}an´ klua p^{h}ee´ mak`

我的老公很怕鬼。

2 ฉัน ชอบ กิน บัวลอย ที่สุด

c^{h}an´ c^{h}orb` kin bua loi t$^h$ee` sudˇ

我最喜歡吃湯圓。

備註 泰文句子的寫法字詞之間不會有空格，但為了幫助學習者拼音，本書在每一個語詞之間空了一格，以方便學習者的方式編寫。

唷呀小叮嚀
請照著MP3錄音檔多多練習拼音，發音一定會進步的！繼續努力！

二 สระ ◌ัวะ [ua]拼音練習

（一）拼音練習——中音聲母

MP3-216

例 ปัวะ唸做ปอ อัวะ ปัวะ（ㄅㄛ ㄨ˙ㄨㄛ˙ ㄅㄨㄛˇ）（por-ua-puaˇ）

聲韻調口訣 中 短 2聲（類似華語第3聲）

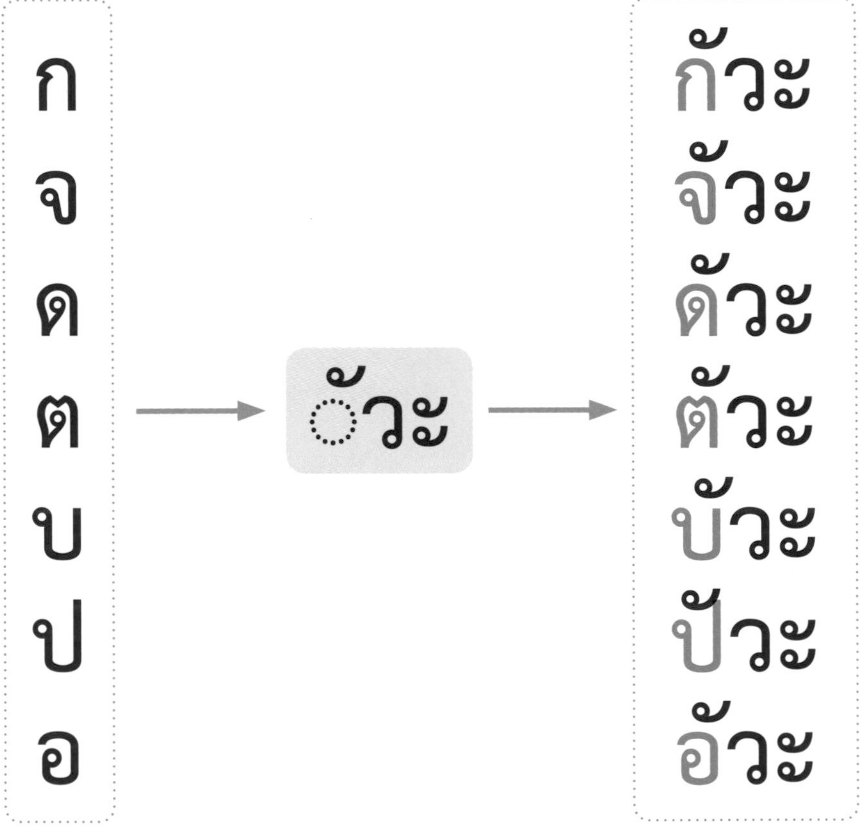

（二）拼音練習——高音聲母

MP3-217

例 ผัวะ唸做ผอ อัวะ ผัวะ（ㄆㄛˊ ㄨ˙ㄨㄛ˙ ㄆㄨㄛˇ）（pʰorˊ-ua-pʰuaˇ）

聲韻調口訣 高 短 2聲（類似華語第3聲）

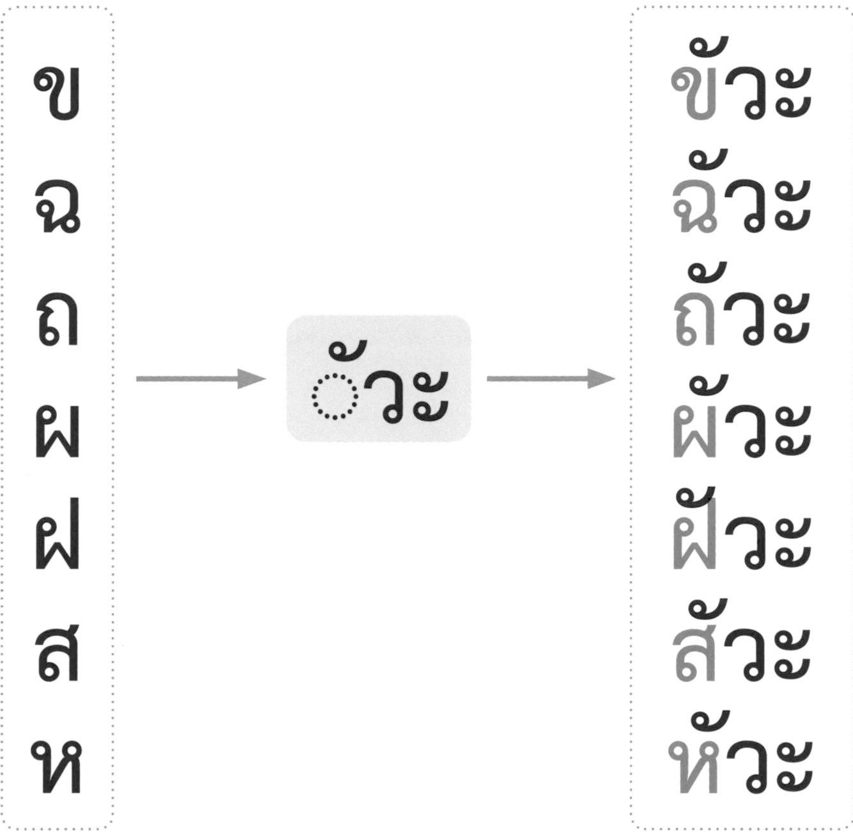

第十六課

（三）拼音練習——低音聲母

MP3-218

例 ยัวะ唸做ยอ อัวะ ยัวะ（yor-ua-yua~）

聲韻調口訣 低 短 4聲（無對應華語聲調）

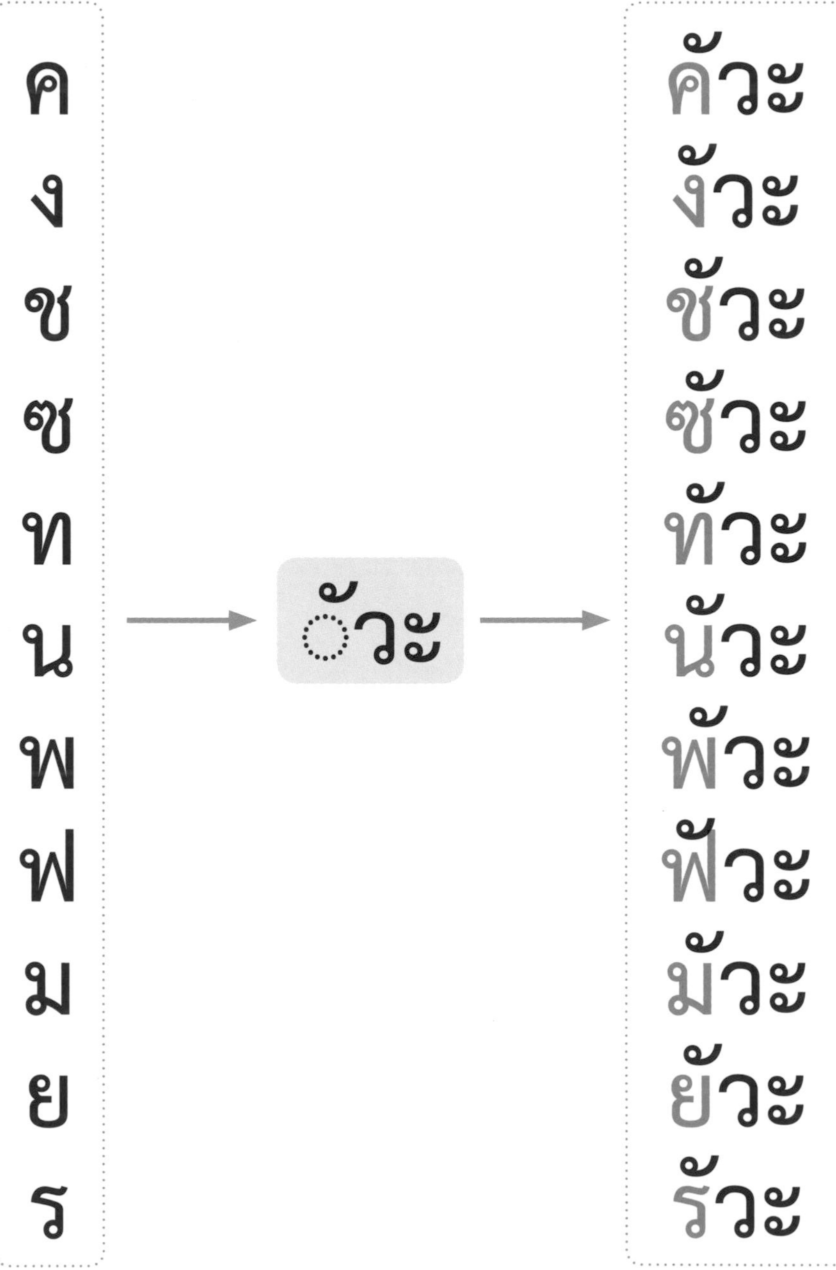

恭喜你！學會了◌ัวะ韻母的拼音

ซักถามความคิดเห็น

詢問意見

MP3-219

第十六課

วันนี้ อากาศ ร้อน มาก

wan nee~ ar-kadˇ rorn~ mak`

今天天氣很熱。

เรา ไป กิน ไอศกรีม กัน ดี ไหม?

rao pai kin ai-saˇ-kream（泰文口語化叫ai-tim） kan dee mai´

我們一起去吃冰淇淋好嗎？

ไม่ เอา ค่ะ ฉัน อยาก กิน น้ำ

mai` ao k$^{h}$a` c^{h}an´ yakˇ kin nam~

不要，我想喝水。

ไม่ เอา ครับ ผม อยาก กิน น้ำเย็น

mai` ao k^{h}rab p^{h}om´ yakˇ kin nam~-yen

不要，我想喝冰水。

คำศัพท์เพิ่มเติม 補充語詞練習

MP3-220

หนาว nao´ 冷	อบอ้าว obˇ-ao` 悶熱	น้ำแข็งปั่น nam~ k^haeng´ panˇ 刨冰
น้ำอัดลม nam~ adˇ lom 汽水	ผลไม้ p^hon´-la~-mai~ 水果	เค้กไอศกรีม k^hek~ ai-saˇ-kream 冰淇淋蛋糕
แตงโม taeng mo 西瓜	ชาเย็น c^ha yen 泰式奶茶	กาแฟเย็น ka-fae yen 冰咖啡
น้ำเต้าหู้ร้อน nam~-tao`-hoo` ron~ 熱豆漿		

วันแม่

泰國母親節——藍色8月，慶祝詩麗吉王后誕辰

泰國的母親節，除普遍以美國安娜・賈維斯（Anna Jarvis）女士推廣成功的日期（5月的第2個星期日）作為慶祝外，泰國人自有其文化脈絡，以詩麗吉王后的生日8月12日為母親節國定假日，代表花卉也非康乃馨，而是茉莉花。

各機關學校當天都會放假，全國遍置國旗和王后的畫像，晚上全國都會點亮蠟燭祈福。自西元1976年至今均有舉辦慶祝活動，以教育年輕人不要忘記母親的「養育之恩」，並將清香潔白的茉莉花作為「母親之花」，兒女們會雙手敬給母親以表達感激之情。

（一）母親節

原本泰國的母親節是在每年的4月15日，由國家文化委員會主辦，第一次於西元1950年4月15日舉辦，活動內容包含宗教儀式、母親節賀辭比賽以及模範母親選拔表揚，感謝母親的辛勞。

詩麗吉王后美麗大方、端莊典雅、母儀天下，深受泰國人民愛戴，她長期從事社會福利工作，常跟隨泰皇駕臨全國各地，扶危濟貧，關心百姓疾苦。她擔任泰國紅十字會會長，也是泰國詩麗吉王后手工藝發展基金會、佛教促進會等多項公益基金的贊助人，保護、繼承和發揚泰國傳統文化遺產。

她的許多善舉貢獻都獲得極高的口碑，因此被尊稱為「國母」。西元1976年起，政府遂將詩麗吉皇后的生日，也就是每年的8月12日，訂定為泰國的母親節。

（二）藍色

詩麗吉王后生日的代表色為藍色（藍色是週五出生的人的顏色），母親節便以藍色作為表徵。民眾會在母親節當天懸掛國旗與藍色旗幟慶祝。這一天，所有政府辦公大樓和許多企業都用藍色絲帶展示王后殿下的肖像，泰國民眾會穿著淺藍色服飾為王后慶生，街頭也會出現許多淺藍色系的祝賀商品，同時民眾也會為他們的「國母」、為自己的母親祈禱。

（三）ค่าน้ำนม

中譯為「母乳的價值」或「母乳恩」，由**ไพบูลย์ บุตรขัน**（Paiboon Butkan）所做，為歌誦母恩的母親節之歌。在泰國當地是耳熟能詳且家喻戶曉的歌曲，猶如〈母親您真偉大〉、〈世上只有媽媽好〉及〈母親像月亮一樣〉這些歌曲在臺灣人的心中一樣。

（四）ดอกมะลิ　茉莉花

顏色潔白、清香持久、花開全年，視為代表母親節之花。茉莉花純白、芬芳，象徵母親對孩子的愛。

（五）母親節舉辦的活動

1. 在住屋處或辦公處所懸掛國旗。
2. 當天舉辦各式各樣的活動，如相關的展覽等。
3. 舉辦社會公益活動，做功德以緬懷母親的恩德。
4. 佩戴茉莉花花環向母親敬拜祈福。

第十七課 雙音韻母เ◌ีย和เ◌ียะ的拼音法

一 สระ เ◌ีย [ia]拼音練習

（一）拼音練習——中音聲母

MP3-221

例 เปียะ唸做ปอ เอีย เปีย（ㄅㄛ ㄧㄧㄚ ㄅㄧㄚ）（por-ia-pia）

聲韻調口訣 中 長 1聲（類似華語第1聲）

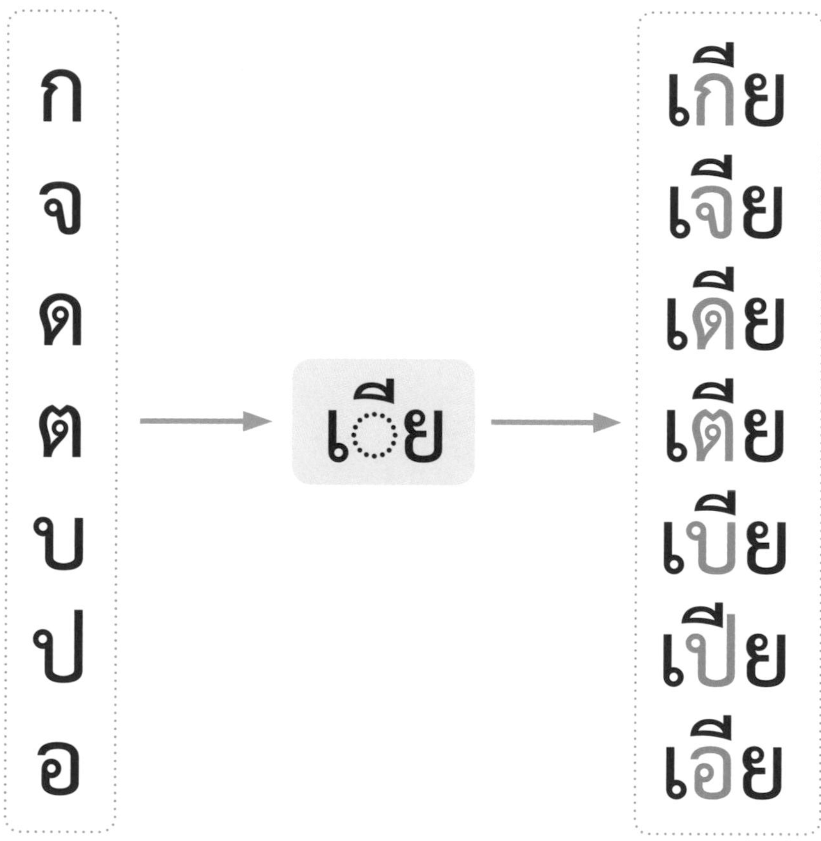

（二）拼音練習——高音聲母

MP3-222

例 เสีย唸做สอ เอีย เสีย（ㄙㄛˊ ㄧㄚ ㄙㄧㄚˊ）（sorˊ-ia-siaˊ）

聲韻調口訣 高 長 5聲（類似華語第2聲）

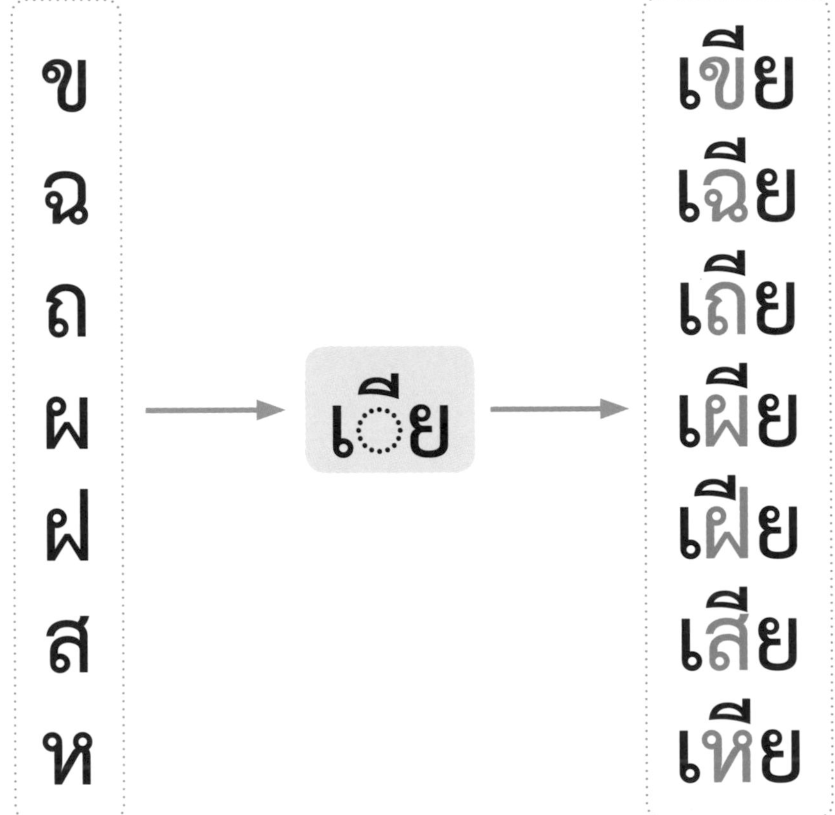

（三）拼音練習——低音聲母

MP3-223

例 เมีย唸做มอ เอีย เมีย（ㄇㄛ ㄧㄧㄚ ㄇㄧㄚ）（mor-ia-mia）

聲韻調口訣 低 長 1聲（類似華語第1聲）

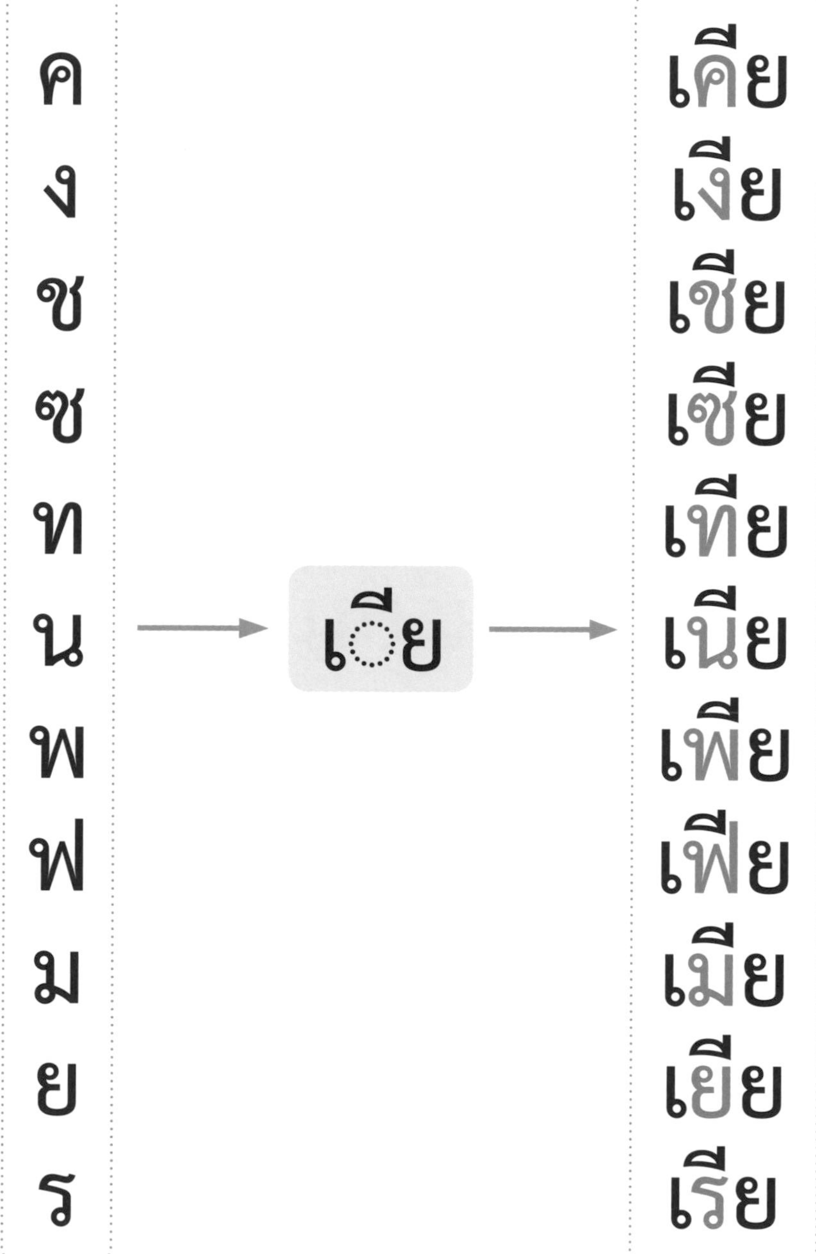

(四) คำศัพท์ 語詞練習

MP3-224

เขียง ㄎㄧㄤˊ k^{h}iang´ 砧板	เขียน ㄎㄧㄢˊ k^{h}ian´ 寫	สีเขียว ㄒㄧˊ ㄎㄧㄠˊ see´ k^{h}iao´ 綠色
อาเฮีย ㄚ ㄏㄧㄚ ar hia 哥哥	เสียใจ ㄒㄧㄚˊ ㄓㄞ sia´ jai 遺憾、悲傷	เคียว ㄎㄧㄠ k^{h}iao 鐮刀
ปีมะเมีย ㄅㄧ ㄇㄚ~ ㄇㄧㄚ pee ma~ mia 馬年	เมีย ㄇㄧㄚ mia 老婆	เลียมือ lia mue 舔手
เตียง ㄉㄧㄤ tiang 床	ทุเรียน t^{h}u~ rian 榴槤	เที่ยงวัน ㄊㄧㄤˋ ㄨㄢ t^{h}iang` wan 中午
เทียน ㄊㄧㄢ t^{h}ian 蠟燭	ไปเที่ยว ㄅㄞ ㄊㄧㄠˋ pai t^{h}iao` 去旅行	เปียก ㄅㄧㄚ ㄎ piakˇ 濕
เรียก riak` 叫、喚、招喚	นักเรียน nak~ rian 學生	เลี้ยวซ้าย ㄌㄧㄠ~ ㄙㄞ~ liao~ sai~ 左轉

งานเลี้ยง ngan liang~ 宴會	เสียง ㄒㄧㄤˊ siang´ 聲音	เปรี้ยว priao` 酸
ที่เปลี่ยว tʰee` pliaoˇ 偏僻的地方	เก็บเกี่ยว kebˇ kiaoˇ 收割	เจียวไข่ ㄐㄧㄠ ㄎㄞˇ jiao kʰaiˇ 煎蛋

（五）ฝึกอ่านประโยค 句子練習

MP3-225

❶ อาเฮีย เสียใจ ที่ ทำ เงิน หาย

ar-hia sia´-jai tʰee` tʰam ngern hai´

哥哥遺憾把錢弄丟了。

❷ ตาสี เกิด ปี มะเมีย

ta-see´ kerdˇ pee ma~-mia

席外公是馬年生的。

備註 泰文句子的寫法字詞之間不會有空格，但為了幫助學習者拼音，本書在每一個語詞之間空了一格，以方便學習者的方式編寫。

唷呀小叮嚀

請照著MP3錄音檔多多練習拼音，發音一定會進步的！繼續努力！

恭喜你！學會了เ-ีย韻母的拼音

二 สระ เ◌ียะ [ia]拼音練習

（一）拼音練習——中音聲母

MP3-226

例 เปียะ唸ปอ เอียะ เปียะ（ㄅㄛ ㄧˋㄧㄚˋ ㄅㄧˋㄧㄚˋ）（por-ia-piaˇ）

聲韻調口訣 中 短 2聲（類似華語第3聲）

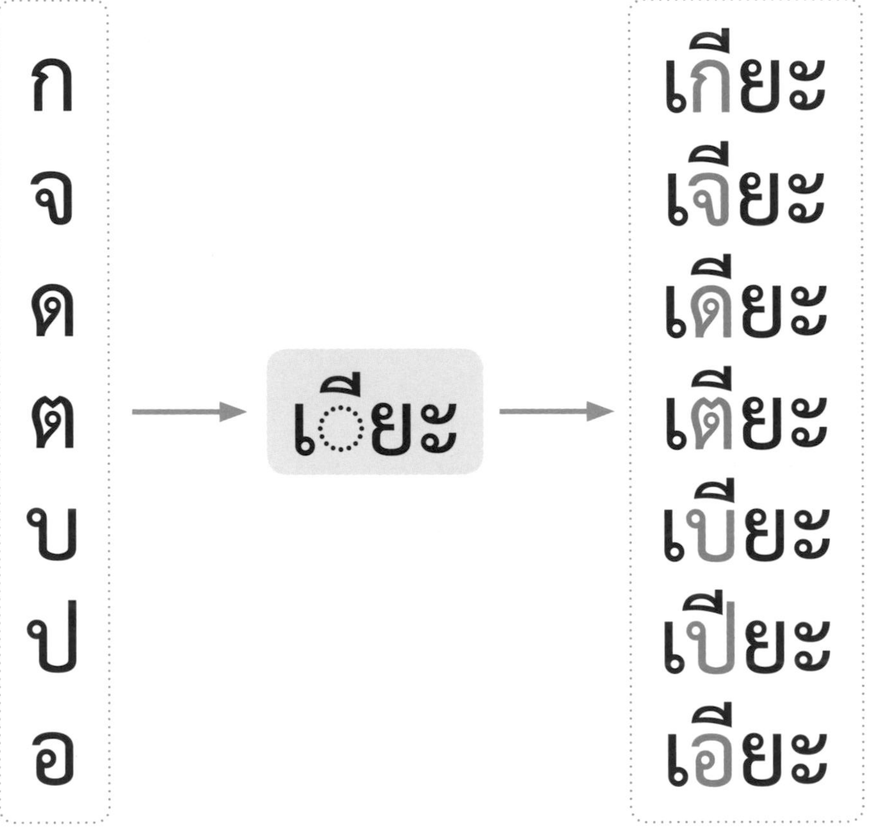

（二）拼音練習——高音聲母

MP3-227

例 เผียะผอ เอียะ เผียะ（ㄆㄛˊ ㄧˋㄧㄚˋ ㄆㄧˋㄧㄚˇ）（pʰor´-ia-pʰiaˇ）

聲韻調口訣 高 短 2聲（類似華語第3聲）

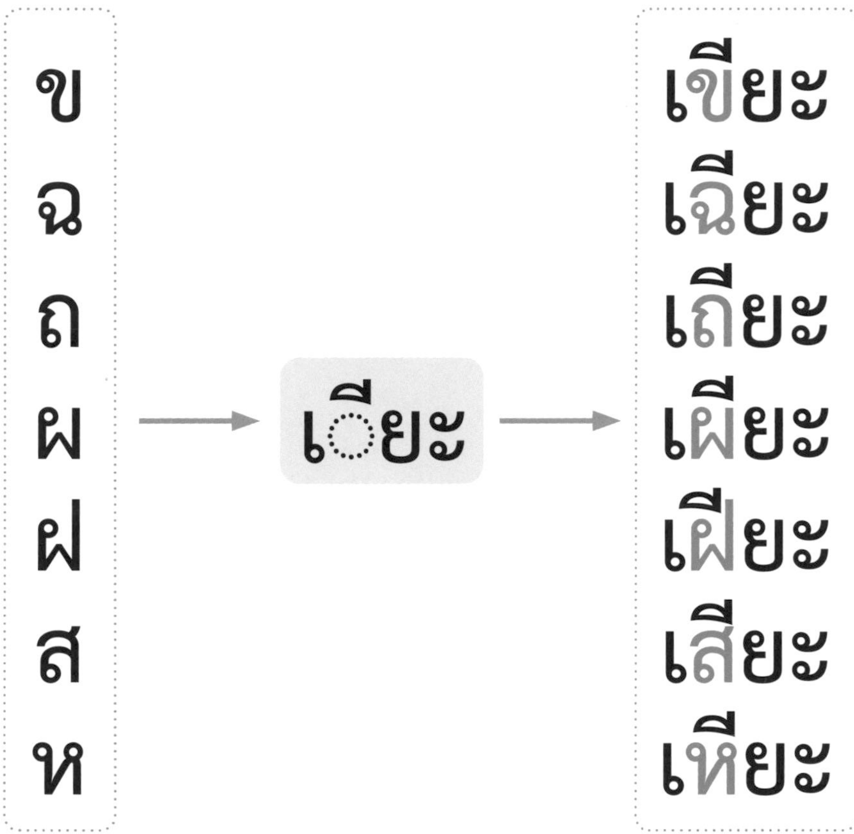

第十七課

（三）拼音練習——低音聲母

MP3-228

例 เยียะ唸ยอ เอียะ เยียะ（yor-ia-yia~）

聲韻調口訣 低 短 4聲（無對應華語聲調）

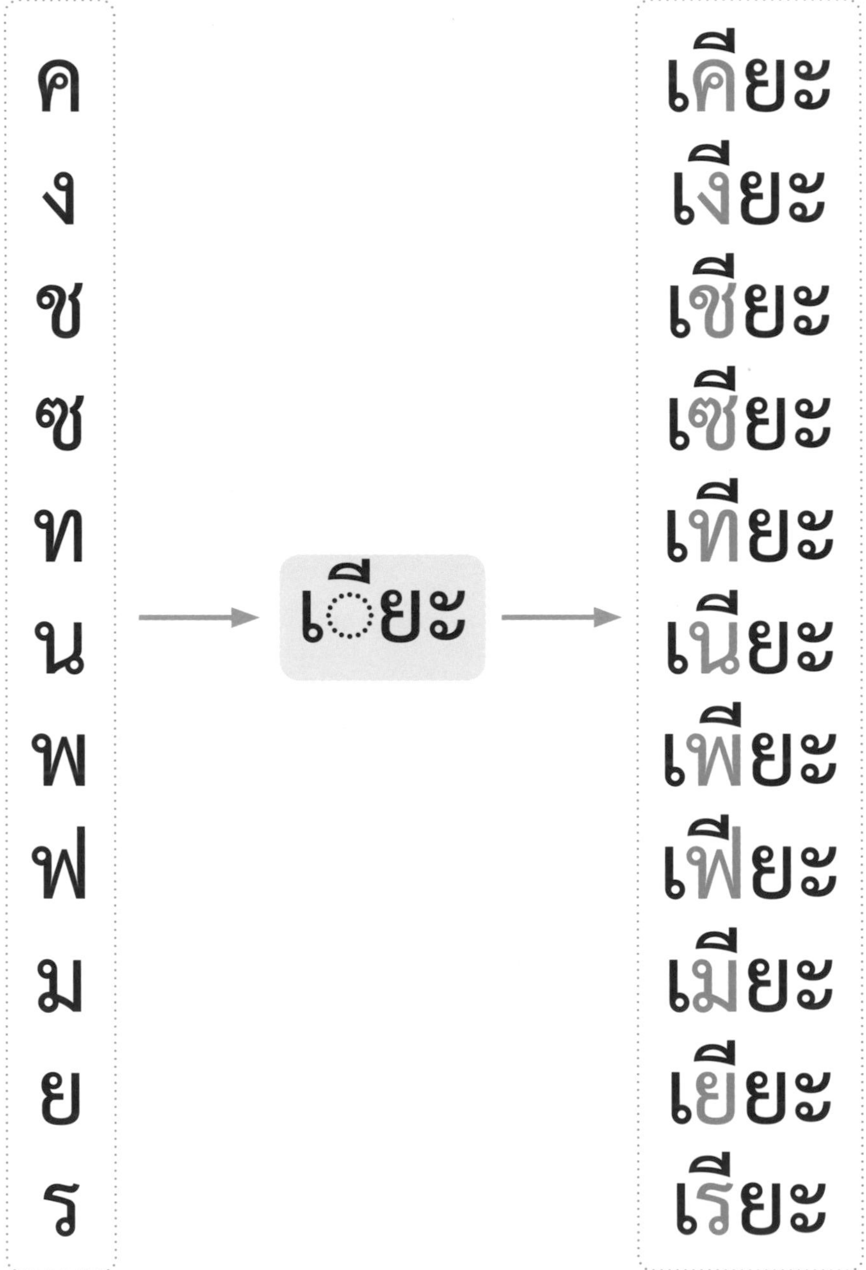

(四) ฝึกอ่านประโยค 句子練習

MP3-229

บิดา ตี งู เผียะเผียะ

biˇ-da tee ngoo p^{h}iaˇ p^{h}iaˇ

父親打蛇劈哩啪啦作響。

唷呀小叮嚀
請照著MP3錄音檔多多練習拼音，發音一定會進步的！繼續努力！

การซักถามทั่วไป

一般詢問

MP3-230

คุณ พูด ภาษาไทย ได้ ไหม ครับ?

k^hun p^hood\` $p^h$a-sa´ $t^h$ai dai\` mai´ k^hrab

妳會說泰語嗎？

ฉัน พูด ไทย ได้ นิดหน่อย ค่ะ

c^han´ p^hood\` $t^h$ai dai\` nid~ noiˇ k^ha\`

我會說一點泰語。

ภาษาไทย ฉัน ฟัง ออก

p^ha-sa´ t^hai c^han´ fang orkˇ

泰語，我會聽。

ภาษาไทย ฉัน พูด ได้

p^ha-sa´ t^hai c^han´ p^hood\` dai\`

泰語，我會說。

ภาษาไทย ฉัน อ่าน ได้

pʰa-sa´ tʰai cʰan´ arnˇ dai`

泰語，我會讀。

ภาษาไทย ฉัน เขียน ได้

pʰa-sa´ tʰai cʰan´ kʰian´ dai`

泰語，我會寫。

จุฬาลงกรณ์ฯ

現代泰國之父——五世王「朱拉隆功」

朱拉隆功普遍被認為是泰國歷史上最有權力和偉大的君主，後世尊稱朱拉隆功大帝。他是暹羅（泰國）節基王朝第五代君主，1868年10月1日至1910年10月23日在位，亦稱拉瑪五世。

朱拉隆功是現代泰國的締造者。他在位期間，對暹羅的政治及社會施行一系列現代化改革，不論是在電力、郵政還是電信等各基礎建設，均在他的勤政之下，提昇了民生的便利性，同時也締造了資訊的蓬勃便捷，史稱「朱拉隆功改革」。同時，他割讓部分領土給英國和法國。他的改革成功和割讓部分領土避免暹羅成為西方國家的殖民地。泰國百姓十分感念他的德政，因此尊稱他為朱拉隆功大帝，政府並訂定每年的10月23日為五世王紀念日。

（一）關於五世王

五世王原名朱拉隆功，生於西元1853年9月20日，是拉瑪四世的第九子。他從小受英國女家庭教師安娜・列奧諾溫斯（Anna Leonowens）的教育，能講一口流利的英語。五世王於西元1868年10月1日十六歲時登基為泰國國王，舉行第一次加冕儀式，稱號為「**พระบาทสมเด็จพระปรมินทรมหาจุฬาลงกรณ์ พระจุลจอมเกล้าเจ้าอยู่หัว**（帕・巴・頌德・帕・博拉明・瑪哈・朱拉隆功・帕・尊拉宗告・昭育霍）」。

他十六歲時登上王位，因尚未成年，乃由一位官員攝政。在此時的五世王致力習得各樣的知識，包括古代宮廷習俗、政治、考古學、巴利文、英文、槍術、柔道、防身以及工程等等。外交方面，五世王訪問過當時為西方殖民地的新加坡、印尼以及印度，訪問的主要目的是為了熟悉西方政府的管理模式，為泰國政府施政的方針維新改革，使國家朝現代化的方向邁進。

在五世王成年時，他出家兩個星期後，於西元1873年11月15日再次舉行第二次加冕儀式，正式親自行使職權，不再透過他人攝政。

他在位期間，在政治上採取民主化措施，西元1905年，廢除了泰國六百年的奴隸制度。五世王於西元1910年10月23日過世，享壽五十八歲，在位期間長達四十二年。在他執政的四十二年裡，使暹羅迅速發展為一個近現代化的國家，並在英國和法國的強大壓力下仍然維持了國家的獨立。

（二）五世王紀念日

西元1910年，受人民愛戴的五世王朱拉隆功大帝生了一場大病，於當年10月23日在皇宮內駕崩，帶給人民前所未有的悲痛。

繼任者六世王在位時期，遂決定將每年的10月23日，也就是五世王駕崩的這一天，訂定為重要的法定節日，稱為「五世王紀念日」，當天全國放假一天。每年的這一天，政府會在五世王紀念碑前舉行莊嚴的紀念儀式，持續至今。

此紀念儀式是在五世王大體火化後的隔年開始舉行，由六世王主持大典，向先王致敬並進行相關宗教儀式。

第十八課 雙音韻母เ◌ือ和เ◌ือะ的拼音法

一 สระ เ◌ือ [uea]拼音練習

（一）拼音練習——中音聲母

MP3-231

例 เดือ唸做ดอ เอือ เดือ（ㄉㄛ ㄜㄚ ㄉㄜㄚ）（dor-uea-duea）

聲韻調口訣 中 長 1聲（類似華語第1聲）

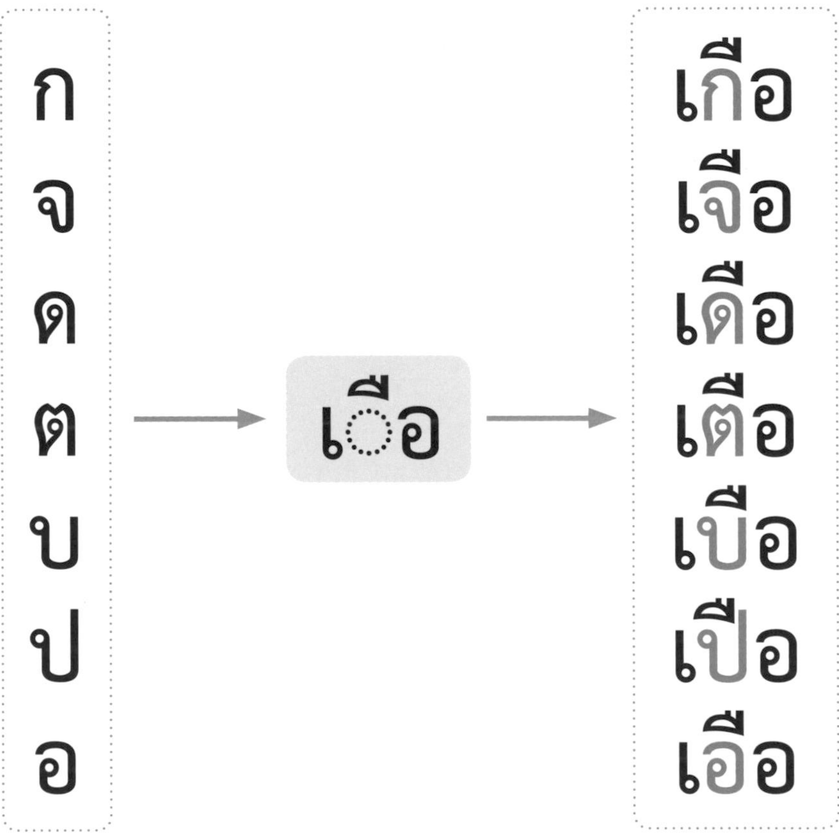

（二）拼音練習——高音聲母

MP3-232

例 เขือ唸做ขอ เอือ เขือ（ㄎㄛˊ ㄜㄚ ㄎㄜㄚˊ）（k^horˊ-uea-k^hueaˊ）

聲韻調口訣 高 長 5聲（類似華語第2聲）

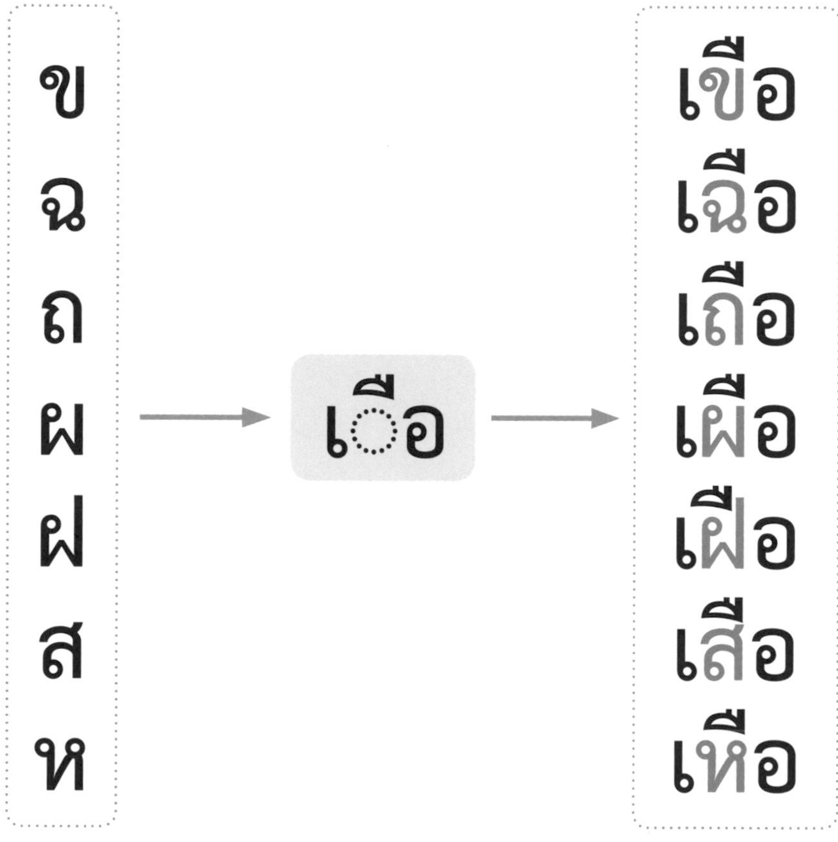

第十八課

（三）拼音練習——低音聲母

MP3-233

例 เมือ唸做มอ เอือ เมือ（ㄇㄛ ㄜㄚ ㄇㄜㄚ）（mor-uea-muea）

聲韻調口訣 低 長 1聲（類似華語第1聲）

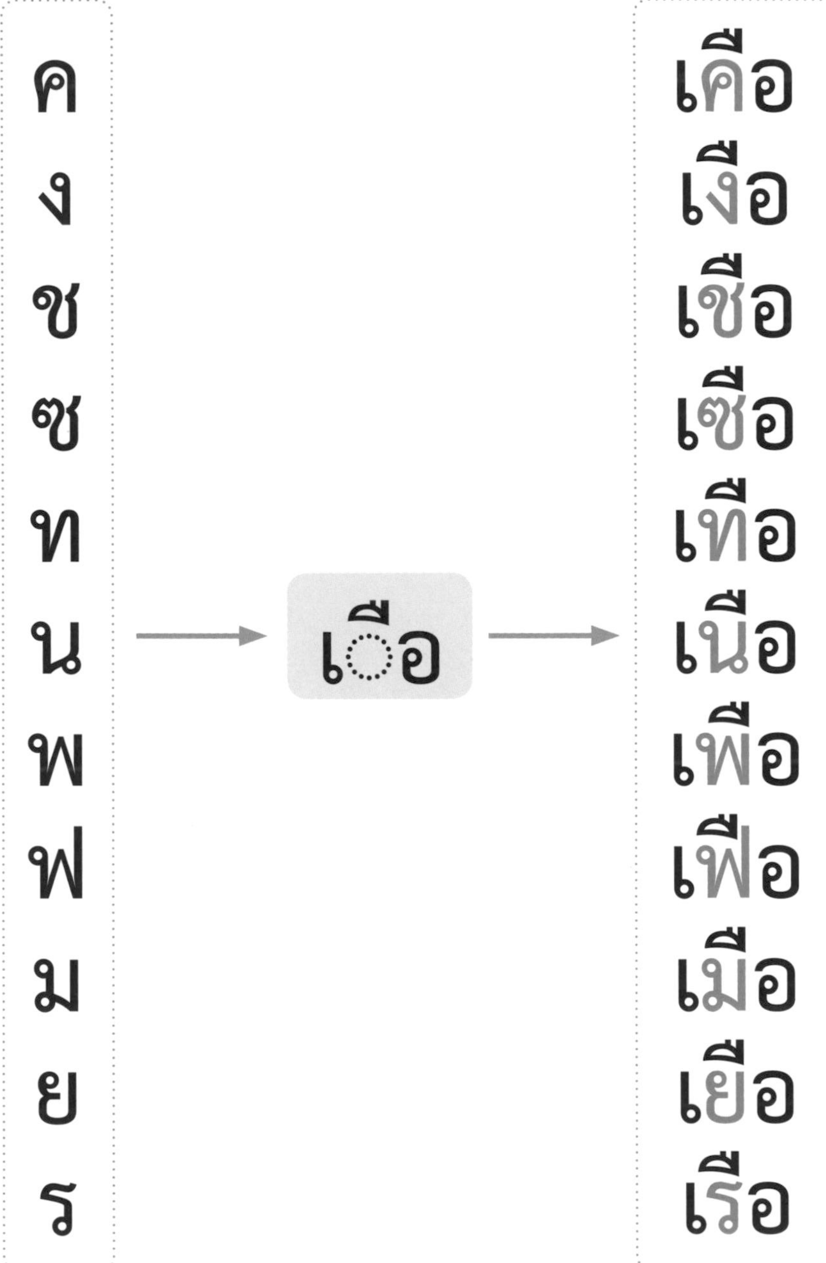

（四）คำศัพท์ 語詞練習

MP3-234

เรือ ruea 船	มะเขือ ㄇㄚ~ㄎㄜㄚˊ ma~ kʰueaˊ 茄子	เสือ ㄙㄜㄚˊ sueaˊ 老虎
เกลือ kluea 鹽巴	เชื่อใจ ㄔㄜㄚˋ ㄓㄞ cʰuea` jai 信任、信賴	เชือก ㄔㄜㄚˋㄎ cʰueak` 繩子
เพื่อน pʰuean` 朋友	เมือง mueang 都市	เสื่อ ㄙㄜㄚˇ sueaˇ 墊子
เสื้อ ㄙㄜㄚˋ suea` 上衣	เลือด luead` 血液	เลื่อย lueai` 鋸子
เหนือ ㄋㄜㄚˊ nueaˊ 北、上方	เขื่อน kʰueanˇ 水壩	เครื่องบิน kʰrueang` bin 飛機
เครื่องเทศ kʰrueang` tʰed` 香料	เครื่องใน kʰrueang` nai 內臟	เครื่องแบบ kʰrueang` baebˇ 制服

第十八課

เงื่อนไข nguean` kʰai´ 條件	**เจือจาง** juea jang 稀釋、沖淡	**เดือด** duead˘ （水）開、沸
เดือนเพ็ญ duean pen 滿月	**เตือน** tuean 提醒、規勸	**เทือกเขา** tʰueak` kʰao´ 山脈

（五）ฝึกอ่านประโยค 句子練習

MP3-235

❶ **เรือ ลำ นี้ ใหญ่ และ สวย ดี**

ruea lam nee~ yai˘ lae~ suai´ dee

這艘船又大又好漂亮。

❷ **บิดา ปลูก มะเขือ อยู่ หลัง บ้าน**

bi˘-da plook˘ ma~-kʰuea´ yoo˘ lang´ ban`

爸爸在家後面種了茄子。

備註 泰文句子的寫法字詞之間不會有空格，但為了幫助學習者拼音，本書在每一個語詞之間空了一格，以方便學習者的方式編寫。

唷呀小叮嚀

請照著MP3錄音檔多多練習拼音，發音一定會進步的！繼續努力！

恭喜你！學會了เ◌ือ韻母的拼音

二 สระ เ◌ือะ [uea]拼音練習

（一）拼音練習——中音聲母

MP3-236

例 เกือะ唸做กอ เอือะ เกือะ（ㄍㄡ ㄜ˙ㄚ˙ ㄍㄜ˙ㄚ˙）（kor-uea-kueaˇ）

聲韻調口訣 中 短 2聲（類似華語第3聲）

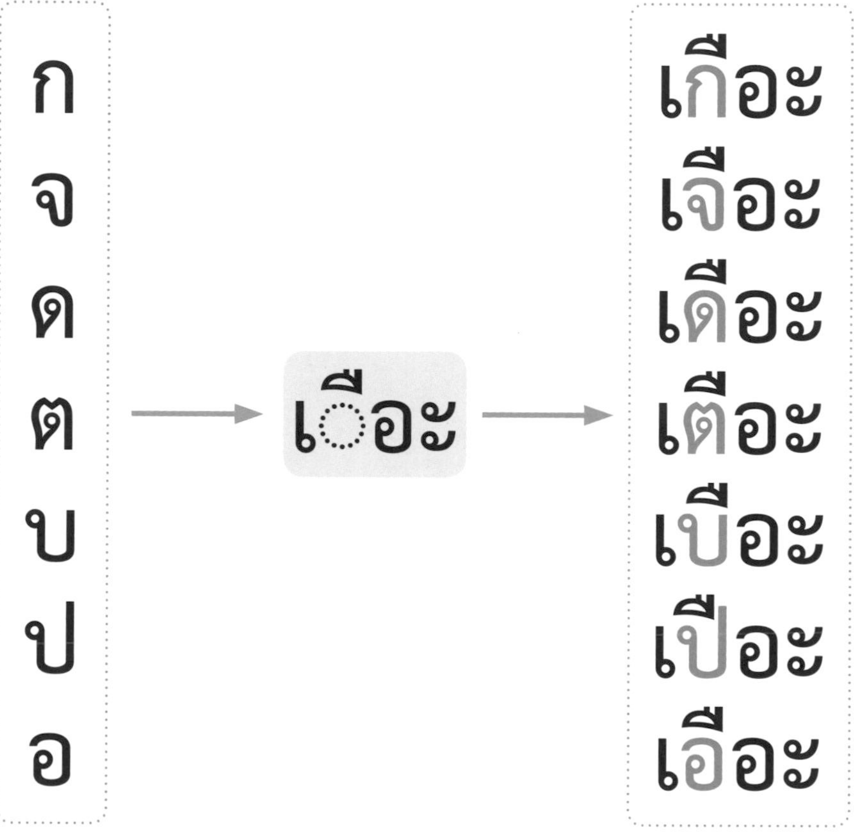

第十八課

（二）拼音練習——高音聲母

MP3-237

例 เผือะ唸做ผอ เอือะ เผือะ（ㄆㄛˊ ㄜ˙ㄚ˙ ㄆㄜ˙ㄚ˙）（pʰor´-uea-pʰueaˇ）

聲韻調口訣 高 短 2聲（類似華語第3聲）

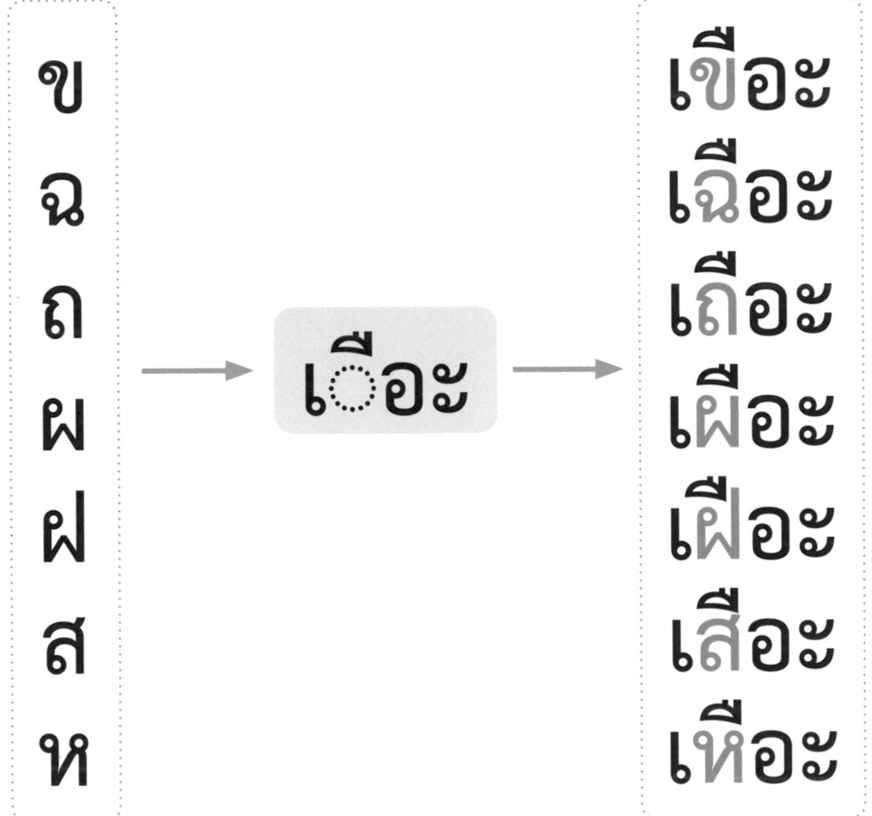

（三）拼音練習——低音聲母

MP3-238

例 เยือะ唸做ยอ เอือะ เยือะ（yor-uea-yuea~）

聲韻調口訣 低 短 4聲（無對應華語聲調）

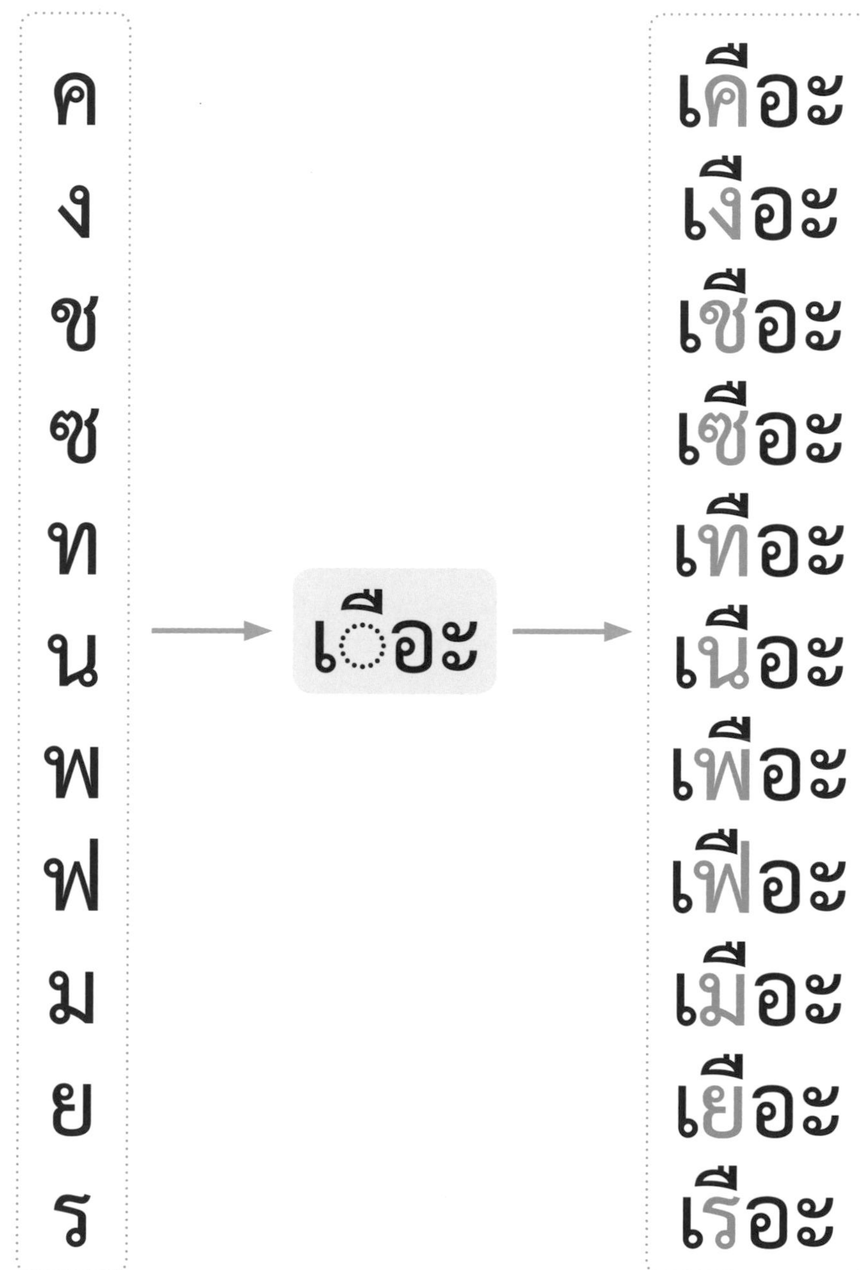

恭喜你！學會了เ◌ือะ韻母的拼音

การนัดเวลา

預約時間

MP3-239

วันนี้ วัน อะไร ครับ?

wan nee~ wan aˇ-rai k^{h}rab

今天星期幾？

วันนี้ วันเสาร์ ค่ะ

wan nee~ wan sao´ k^{h}a`

今天是星期六。

เรา ไป เดิน ซื้อ ของ ด้วยกัน ดี ไหม ครับ?

rao pai dern sue~ k^{h}orng´ duai` kan dee mai´ k^{h}rab

我們一起去逛街買東西好嗎？

เรา จะ เจอ กัน ที่ไหน และ เมื่อไหร่ ดี ล่ะคะ?

rao jaˇ jer kan t^{h}ee`-nai´ lae~ mer`-raiˇ dee la`-k^{h}a~

我們要在何地及何時見面好呢？

เจอ กัน ที่ ป้าย รถเมล์ ตอน 8 โมง นะ ครับ

jer kan t^{h}ee` pai` rod~ me torn paedˇ mong na~ k^{h}rab

8點在巴士站見啊。

ได้เลย ค่ะ แล้ว เจอ กัน นะ

dai`-loei k$^h$a` laeo~ jer kan na~

好的，那再見喔。

วันเด็ก

泰國兒童節——這天，孩子們可參觀軍隊和政府大樓

每逢元旦假期過後，接著來臨的就是兒童們最期盼、最喜歡的節日——泰國的兒童節。泰國政府把每年1月的第二個星期六訂定為兒童節。在這一天，泰國大多數父母都會帶著自己的孩子外出遊玩或參加集會。

政府的許多辦公部門當天也會開放，其中包括政府大樓、議會大樓和一些軍方機構，有的機構還會舉辦展覽，家長和孩子都可以入內參觀。甚至孩子們還可參觀軍隊，認識國防，度過一個既快樂又充實有意義的兒童節。

（一）兒童節的由來

兒童節（Children's Day）是為兒童們所特訂的節日，目的在鼓舞兒童並喚起社會注意兒童教育以培養健全的孩子，也為了促進成人與兒童之間的相互交流和了解，聯合國呼籲人們採取行動以促進世界兒童的福利。

泰國也積極回應聯合國的這一個議題，成立一個委員會統籌聯繫各個單位，包含政府部門、國營事業單位以及人民團體等，決定在中央及地方均舉辦兒童節慶祝活動。目的是使不論是在體制內或體制外教育機構的全國兒童，明白自己存在的重要性，了解自己的權利及義務，並對自己及社會擔負責任及自我規範，堅信國家、宗教及皇室，以及對君主立憲制的民主制度有基礎的涵養。

泰國第一次的兒童節始於西元1955年10月3日舉行，往後則訂在每年10月的第一個星期一為兒童節，各地方政府持續並舉辦慶祝活動一直到西元1963年。

當年籌辦兒童節的委員會認為，10月是泰國的雨季，會影響兒童出席來參加活動，此外，星期一也是家長們的上班日，家長無法帶兒童來參加活動，因諸多因素，應該更改舉辦兒童節的時間。因此，泰國內閣於西元1964年2月5日一致通過將兒童節改為1月的第二個星期六。

（二）兒童節勵志語

每年，泰國總理通常都會為當年的兒童節定下一個勵志標語或主題，如2017年的主題是「泰國兒童認真學習，引領國家繁榮發展」。第一次的兒童節勵志標語，於西元1956年由當時的總理鑾披汶元帥提出，主題是：

จงบำเพ็ญตนให้เป็นประโยชน์
ต่อผู้อื่นและส่วนรวม

為人人為社會貢獻心力

西元1959年，當時的總理沙立・他那叻元帥，在兒童節的前一天也提出一個勵志語，主題是：

ขอให้เด็กสมัยปฏิวัติของข้าพเจ้า
จงเป็นเด็กที่รักความก้าวหน้า

兒童都是渴慕進步的小孩。

往後，每一位總理均延續此一作法，形成了提出勵志語的慣例至今。

第十九課 特殊韻母 ◌ำ 和 ใ◌ 的拼音法

一 สระ ◌ำ [am]拼音練習

（一）拼音練習——中音聲母

MP3-240

例 ตำ唸做ตอ อำ ตำ（tor-am-tam）

聲韻調口訣 中 特 短 1聲（類似華語第1聲）

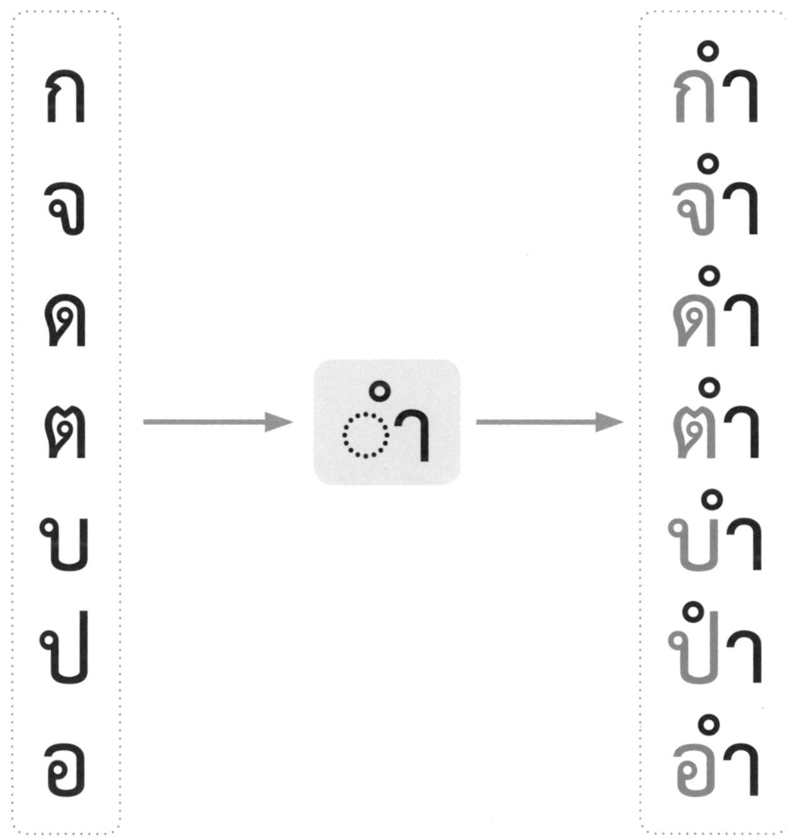

（二）拼音練習——高音聲母

MP3-241

例 ขำ唸做ขอ อำ ขำ（kʰor´-am-kʰam´）

聲韻調口訣 高 特 短 5聲（類似華語第2聲）

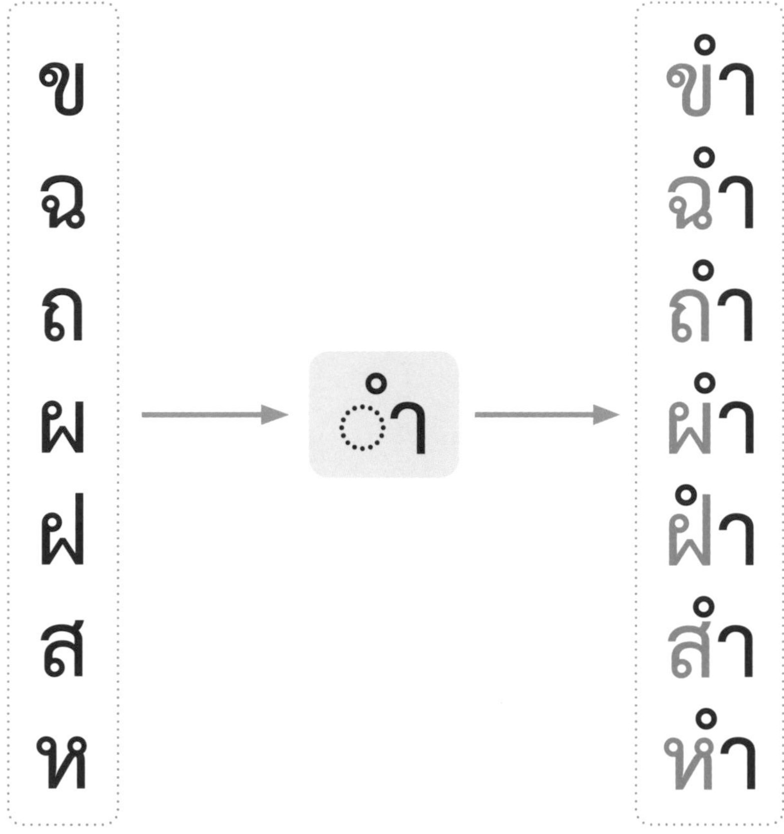

第十九課

（三）拼音練習——低音聲母

MP3-242

例 ทำ唸做ทอ อำ ทำ（tʰor-am-tʰam）

聲韻調口訣 低 特 短 1聲（類似華語第1聲）

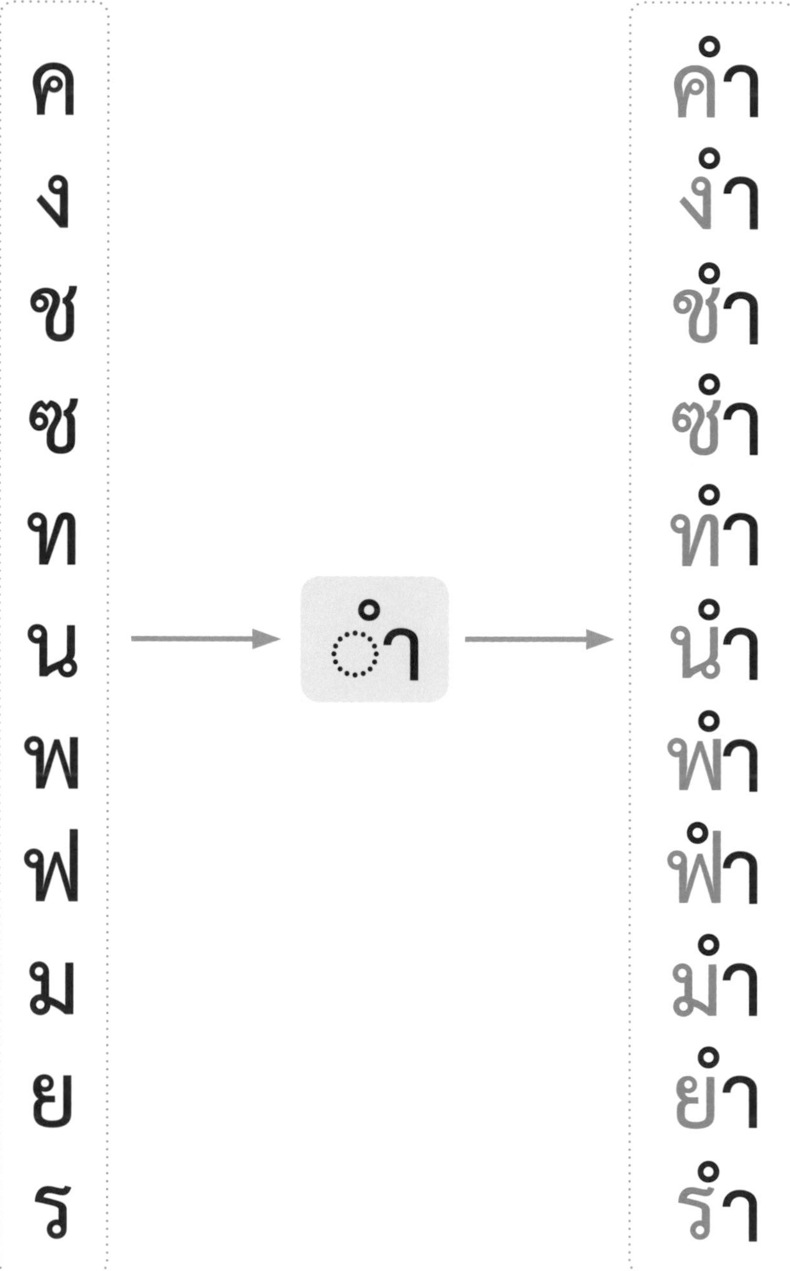

（四）คำศัพท์ 語詞練習

MP3-243

กำไร kam rai 盈利	ทำนา t^{h}am na 耕田	ตำรา tam ra 課本、教科書
สีดำ see´ dam 黑色	คำนำ k^{h}am nam 序言、前言	จำใจ jam jai 勉強
สำลี sam´ lee 棉球	ระบำ ra~ bam 舞蹈	ลำไย lam yai 龍眼
คว่ำ k^{h}wam` 翻倒、傾覆	ค่ำ k^{h}am` 夕、晚、夜間	คำนับ k^{h}am nab~ 鞠躬、行禮
คำ k^{h}am 詞、字	จำ jam 記住、記憶	ตำ tam 搗碎
ทำกับข้าว t^{h}am kabˇ k^{h}ao` 做菜、烹飪	ทำไม t^{h}am mai 為什麼	ทำเล t^{h}am le 地點、地方

น้ำ	รำ	รำคาญ
nam~	ram	ram kʰan
水	跳舞	厭煩、厭惡
ยำ	ย่ำเท้า	ลำดับ
yam	yam\` tʰao~	lam dabˇ
涼拌	原地踏步	順序、次序

（五）ฝึกอ่านประโยค 句子練習

MP3-244

❶ ตา ขำ เวลา อา สีดา รำ ระบำ

ta kʰam´ we-la ar see´ da ram ra~-bam

席搭姑姑跳舞時，外公咯咯笑。

❷ อา ดู ตำรา ทำ ยา

ar doo tam-ra tʰam ya

叔叔（姑姑）閱讀製藥的書籍。

備註 泰文句子的寫法字詞之間不會有空格，但為了幫助學習者拼音，本書在每一個語詞之間空了一格，以方便學習者的方式編寫。

唷呀小叮嚀

請照著MP3錄音檔多多練習拼音，發音一定會進步的！繼續努力！

恭喜你！學會了ำ韻母的拼音

二 สระ ใ◌ [ai]（唸做 สระใอ (ไม้ม้วน)）拼音練習

（一）拼音練習——中音聲母

MP3-245

例 ใจ唸做จอ ใอ ใจ（ㄓㄛ ㄞ ㄓㄞ）（jor-ai-jai）

聲韻調口訣 中 特 短 1聲（類似華語第1聲）

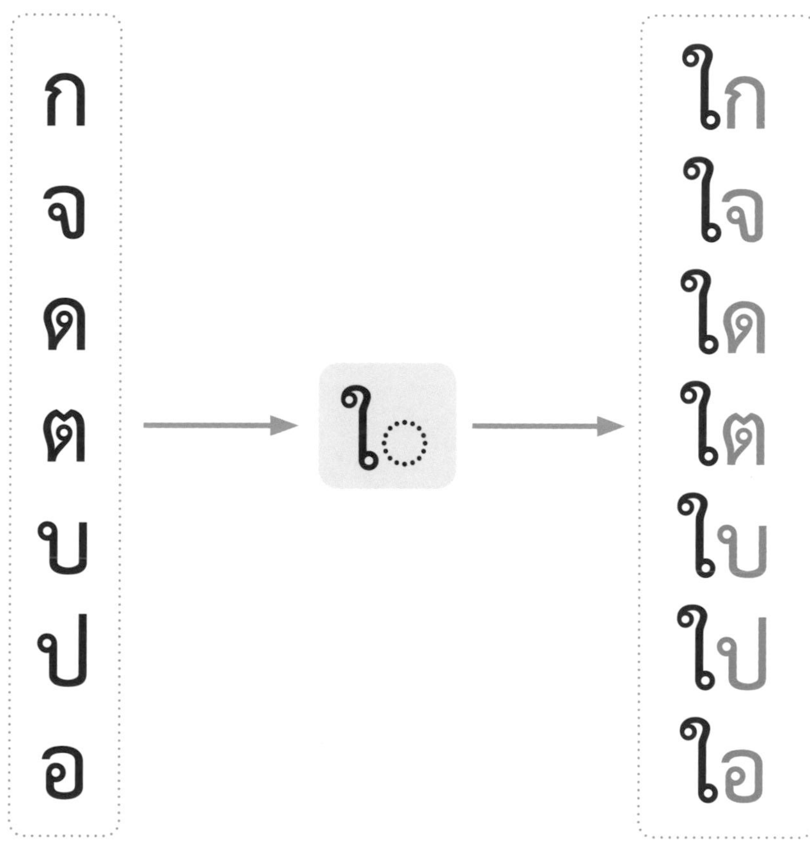

第十九課

（二）拼音練習——高音聲母

MP3-246

例 ใส唸做สอ ใอ ใส（ㄙㄛˊ ㄞ ㄙㄞˊ）（sor´-ai-sai´）

聲韻調口訣 高 特 短 5聲（類似華語第2聲）

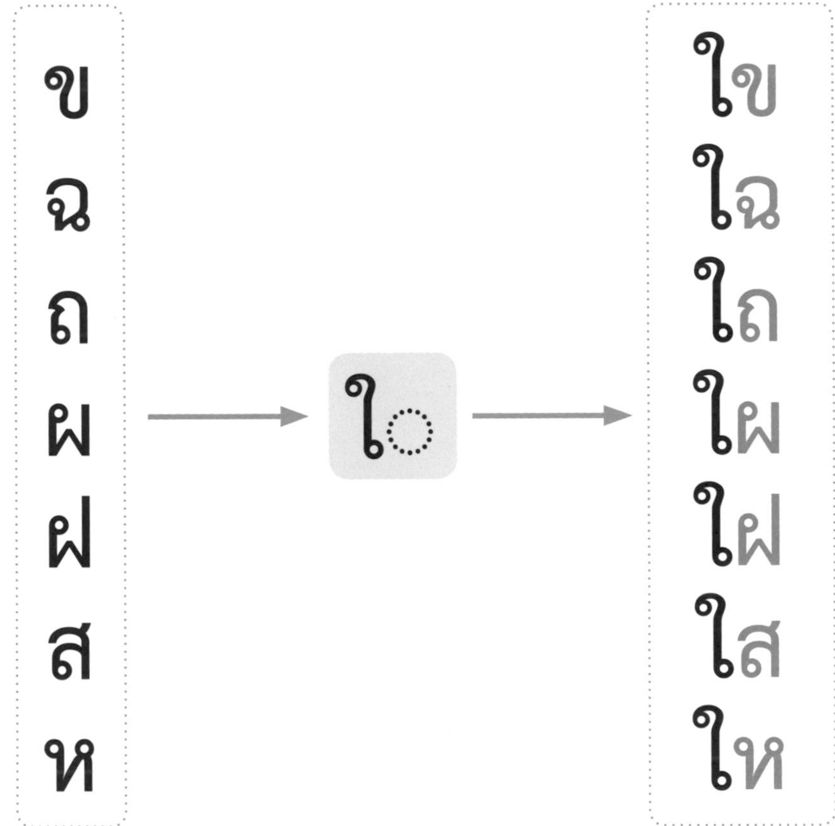

（三）拼音練習——低音聲母

MP3-247

例 ใน唸做นอ ไอ ใน（ㄋㄛ ㄞ ㄋㄞ）（nor-ai-nai）

聲韻調口訣 低 特 短 1聲（類似華語第1聲）

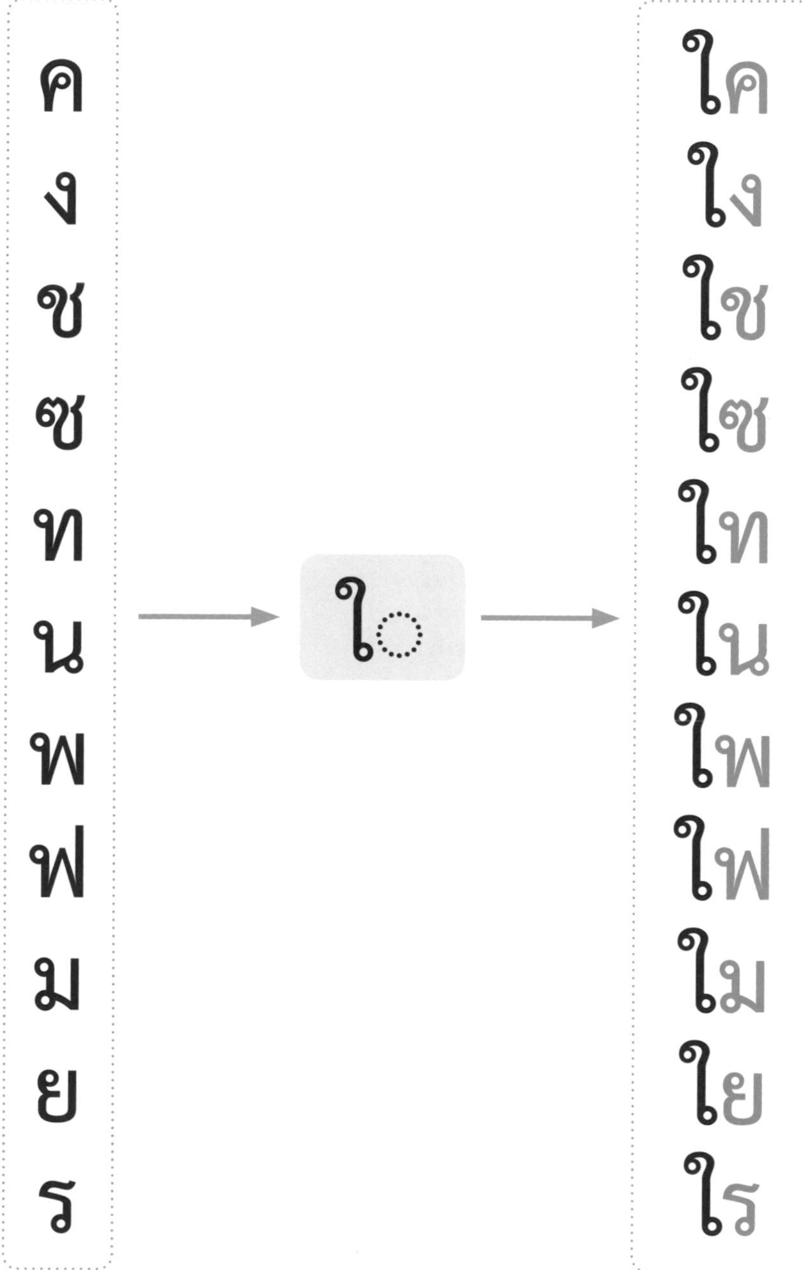

（四）คำศัพท์ 語詞練習

MP3-248

ใบลา bai la 請假單	ดีใจ ㄉㄧ ㄓㄞ dee jai 高興	ใจดี ㄓㄞ ㄉㄧ jai dee 好心、慈心、善心
ใบชา bai c^{h}a 茶葉	ในโถ ㄋㄞ ㄊㄡ nai t^{h}o´ 罈裡	ในกา ㄋㄞ ㄍㄚ nai ka 壺裡
ใสดี ㄙㄞˊ ㄉㄧ sai´ dee 很透明	ใกล้ klai` 近	ใคร k^{h}rai 誰
ใช่ ㄔㄞˋ c^{h}ai` 是、對	ใช้ ㄔㄞ~ c^{h}ai~ 使用	ใต้ ㄉㄞˋ tai` 南、下面的、下方
ใต้ถุน ㄉㄞˋ ㄊㄨㄣˊ tai` t^{h}un´ 高腳屋底下	ใส่เสื้อ ㄙㄞˇ ㄙㄜㄚˋ saiˇ suea` 穿衣服	ผู้ใหญ่ p^{h}oo` yaiˇ 大人
ใหม่ ㄇㄞˇ maiˇ 新的	สะใภ้ ㄙㄚˇ ㄆㄞ~ saˇ p^{h}ai~ 媳婦	ใยแมงมุม yai maeng mum 蜘蛛絲

ใส่ใจ ㄙㄞˇ ㄓㄞ saiˇ jai 關心、關注	ใส่ร้าย saiˇ rai~ 誣蔑、誹謗	ใบขับขี่ bai kʰabˇ kʰeeˇ 駕駛執照
ใบสมัคร bai saˇ makˇ 報名單、申請書	ใต้เท้า ㄉㄞˋ ㄊㄠ~ taiˋ tʰao~ 閣下（用於尊敬者）	เหตุใด hedˇ dai 何故、為何

（五）ฝึกอ่านประโยค 句子練習

MP3-249

1 ใน กา มี ใบชา ดี

nai ka me bai cʰa dee

壺裡有好的茶葉。

2 บิดา ดีใจ อา มา หา

biˇ da dee jai ar ma ha´

父親很高興叔叔（姑姑）來訪。

備註 泰文句子的寫法字詞之間不會有空格，但為了幫助學習者拼音，本書在每一個語詞之間空了一格，以方便學習者的方式編寫。

唷呀小叮嚀

請照著MP3錄音檔多多練習拼音，發音一定會進步的！繼續努力！

第十九課

第二十課 特殊韻母ไ◌和เ◌า的拼音法

一 สระ ไ◌ [ai]（唸做สระไอ（ไม้มลาย））拼音練習

（一）拼音練習——中音聲母

MP3-250

例 ไก唸做กอ ไอ ไก（ㄍㄡ ㄞ ㄍㄞ）（kor-ai-kai）

聲韻調口訣 中 特 短 1聲（類似華語第1聲）

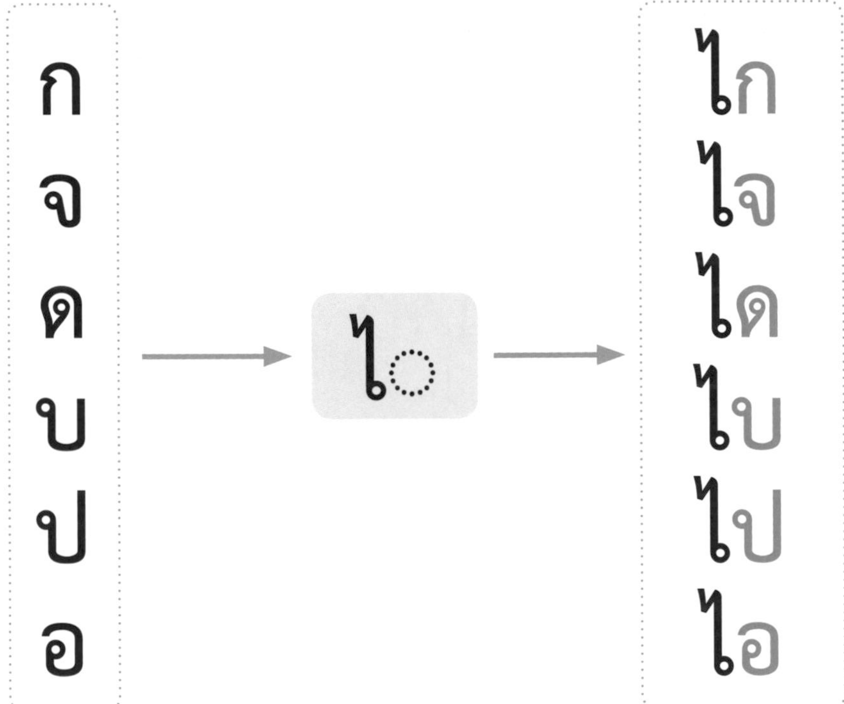

（二）拼音練習——高音聲母

MP3-251

例 ไข 唸做 ขอ ไอ ไข（ㄎㄛˊ ㄞ ㄎㄞˊ）（k^hor´-ai-k^hai´）

聲韻調口訣 高 特 短 5聲（類似華語第2聲）

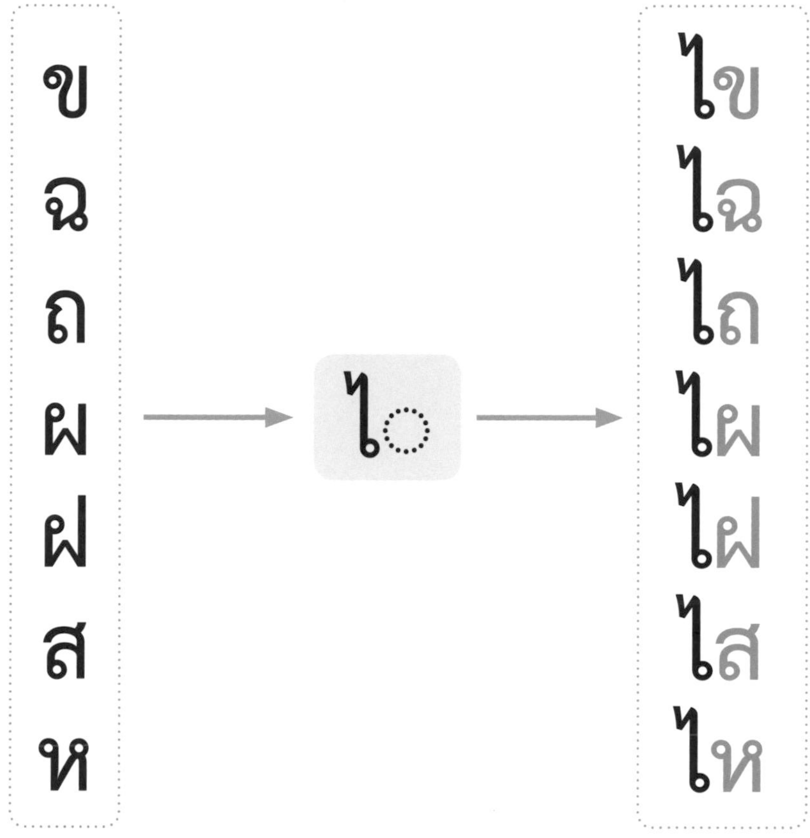

（三）拼音練習——低音聲母

MP3-252

例 ไง 唸做 งอ ไอ ไง（ngor-ai-ngai）

聲韻調口訣 低 特 短 1聲（類似華語第1聲）

ค	→	ไ◌	→ ไค
ง			ไง
ช			ไช
ซ			ไซ
ท			ไท
น			ไน
พ			ไพ
ฟ			ไฟ
ม			ไม
ย			ไย
ร			ไร

（四）คำศัพท์ 語詞練習

MP3-253

泰文	注音	拼音	中文
มะไฟ	ㄇㄚ~ ㄈㄞ	ma~ fai	黃皮果
อะไร	˙ㄚ ㄌㄞ	aˇ rai	什麼
ไปไว	ㄅㄞ ㄨㄞ	pai wai	快去
ในไห	ㄋㄞ ㄏㄞˊ	nai haiˊ	罈子裡
ละไม	ㄌㄚ~ ㄇㄞ	la~ mai	長相甜美
ไถนา	ㄊㄞˊ ㄋㄚ	t^haiˊ na	耕田
ไหว้พระ		waiˋ p^hra~	拜佛像
ตะไบ		taˇ bai	銼刀
ไฟฟ้า	ㄈㄞ ㄈㄚ~	fai fa~	電
ไกล		klai	遠
ไข่	ㄎㄞˇ	k^haiˇ	蛋
เป็นไข้		pen k^haiˋ	發燒
ไก่	ㄍㄞˇ	kaiˇ	雞
ได้	ㄉㄞˋ	daiˋ	得到、可以
ตะไคร้		taˇ k^hrai~	香茅
ไม่ไป	ㄇㄞˋ ㄅㄞ	maiˋ pai	不去
ต้นไม้		tonˋ mai~	樹
ไร่นา	ㄌㄞˋ ㄋㄚ	raiˋ na	田地

เก็บไว้	ไล่ ㄌㄞˋ	ไอ ㄞ
keb ˇ wai~	lai`	ai
存放、保存	驅趕、驅逐	咳嗽
ที่ไหน ㄊㄧˋ ㄋㄞˊ	ผ้าไหม ㄆㄚˋ ㄇㄞˊ	ไหล่ ㄌㄞˇ
tʰee` nai´	pʰa` mai´	laiˇ
哪裡	絲綢	肩膀

（五）ฝึกอ่านประโยค 句子練習

MP3-254

1 บิดา จะ ไป ไถนา ไวไว

biˇ da jaˇ pai tʰai´ na wai wai

父親要快快地去耕田。

2 ใน ไห มี อะไร

nai hai´ mee aˇ rai

罈子裡有什麼？

備註 泰文句子的寫法字詞之間不會有空格，但為了幫助學習者拼音，本書在每一個語詞之間空了一格，以方便學習者的方式編寫。

唷呀小叮嚀
請照著MP3錄音檔多多練習拼音，發音一定會進步的！繼續努力！

二 สระ เ◌า [ao]拼音練習

（一）拼音練習——中音聲母

MP3-255

例 เตา唸做ตอ เอา เตา（ㄉㄛ ㄠ ㄉㄠ）（tor-ao-tao）

聲韻調口訣 中 特 短 1聲（類似華語第1聲）

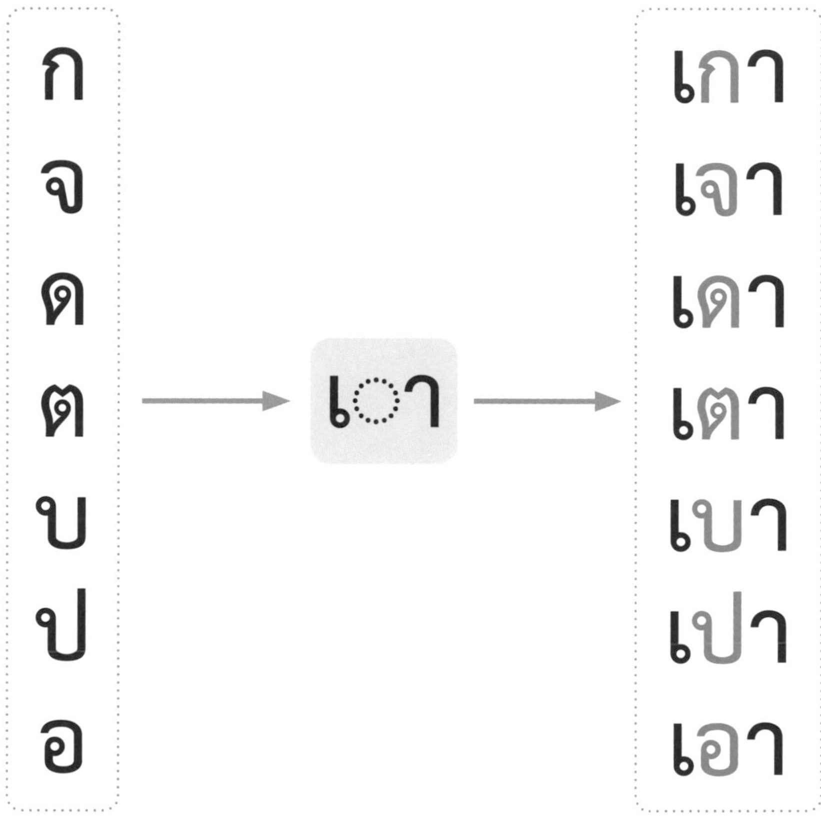

第二十課

（二）拼音練習——高音聲母

MP3-256

例 เขา唸做ขอ เอา เขา（ㄎㄛˊ ㄠ ㄎㄠˊ）（kʰor´-ao-kʰao´）

聲韻調口訣 高 特 短 5聲（類似華語第2聲）

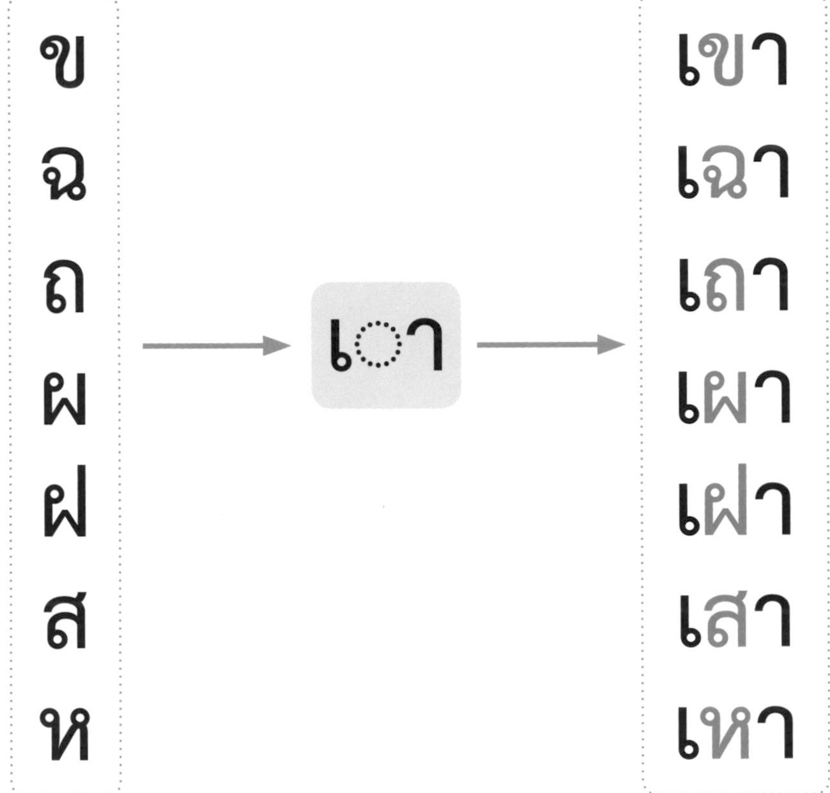

（三）拼音練習——低音聲母

MP3-257

例 เงา唸做งอ เอา เงา（ngor-ao-ngao）

聲韻調口訣 低 特 短 1聲（類似華語第1聲）

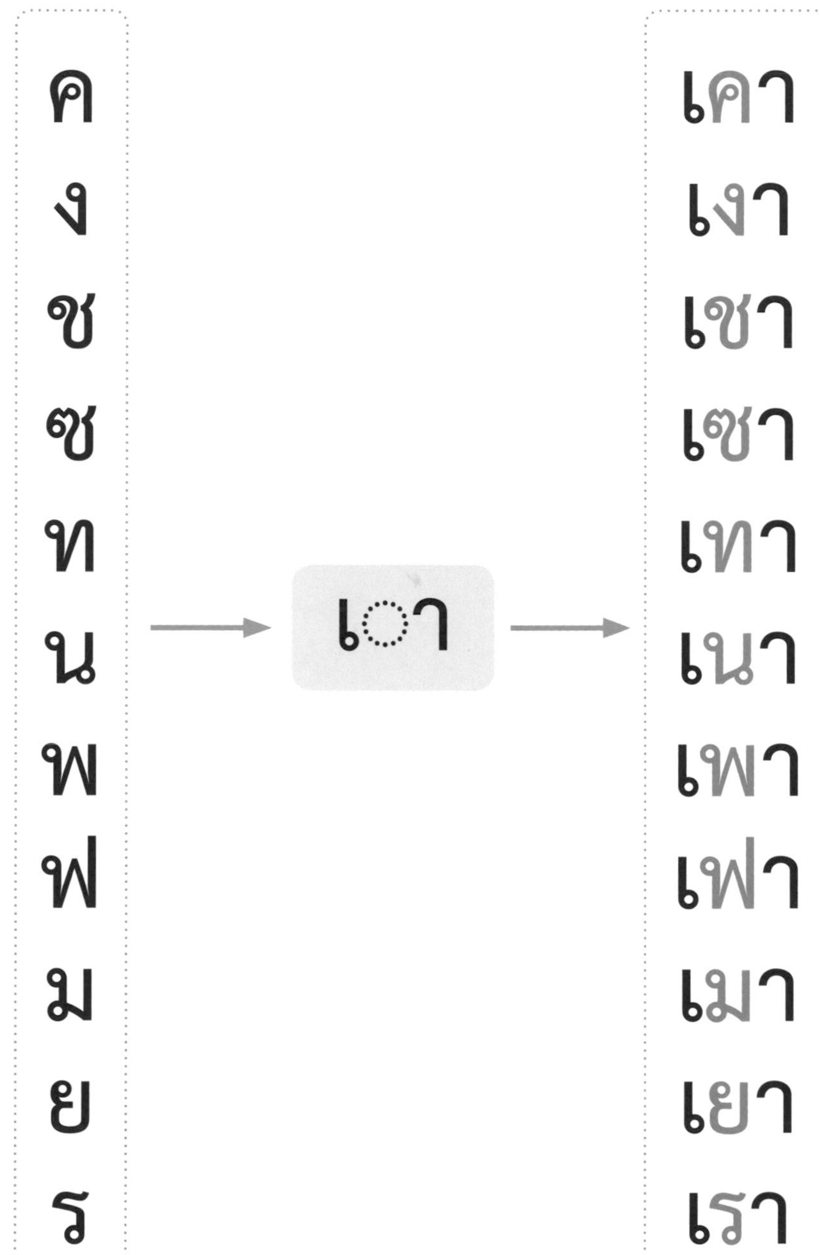

第二十課

（四）คำศัพท์ 語詞練習

MP3-258

泰文	注音	拼音	中文
สีเทา	ㄒㄧˊ ㄊㄠ	see´ t^{h}ao	灰色
เอามา	ㄠ ㄇㄚ	ao ma	拿來
ภูเขา	ㄆㄨ ㄎㄠˊ	p^{h}oo k^{h}ao´	山
เดาใจ	ㄉㄠ ㄓㄞ	dao jai	猜想
เตาไฟ	ㄉㄠ ㄈㄞ	tao fai	火爐
เงาสีดำ		ngao see´ dam	黑影子
เสา	ㄙㄠˊ	sao´	柱子
เมา	ㄇㄠ	mao	醉、暈
เขา	ㄎㄠˊ	k^{h}ao´	山、他、（動物）的角
เก้าอี้	ㄍㄠˋ ㄧˋ	kao` ee`	椅子
หัวเข่า	ㄏㄨㄛˊ ㄎㄠˇ	hua´ k^{h}aoˇ	膝蓋
เข้ามา	ㄎㄠˋ ㄇㄚ	k^{h}ao` ma	進來
เช้า	ㄔㄠ~	c^{h}ao~	早上
เต่า	ㄉㄠˇ	taoˇ	烏龜
เจ้าหน้าที่	ㄓㄠˋ ㄋㄚˋ ㄊㄧˋ	jao` na` t^{h}ee`	官員、工作人員
เท่ากับ		t^{h}ao` kabˇ	等於
เท้า	ㄊㄠ~	t^{h}ao~	腳掌
เป่า	ㄅㄠˇ	paoˇ	吹

เป้า ㄅㄠˋ pao` 靶子、目標	เล่า ㄌㄠˋ lao` 講述、陳述、敘述	เล้าไก่ ㄌㄠ~ㄍㄞˇ lao~ kaiˇ 雞舍
เก่า ㄍㄠˇ kaoˇ 舊的	เข้าแถว kʰao` tʰaeo´ 排隊	เจ้าหนี้ ㄓㄠˋ ㄋㄧˋ jao` nee` 債主

（五）ฝึกอ่านประโยค 句子練習

MP3-259

1 บิดา มี รถ สีเทา 1 คัน

biˇ da mee rod~ see´ tʰao nuengˇ kʰan

父親有一台灰色的車子。

2 มี ถ่านไฟ ใน เตาไฟ

mee tʰanˇ fai nai tao fai

火爐裡有木炭。

備註 泰文句子的寫法字詞之間不會有空格，但為了幫助學習者拼音，本書在每一個語詞之間空了一格，以方便學習者的方式編寫。

唷呀小叮嚀
請照著MP3錄音檔多多練習拼音，發音一定會進步的！繼續努力！

恭喜你！學會了เ◌า韻母的拼音

การจราจรสาธารณะ

公共運輸

MP3-260

ขอโทษ ครับ ไป วัดพระแก้ว ต้อง นั่ง รถเมล์ สาย อะไร ครับ?

k^{h}or´ t^{h}od` k$^{h}$rab pai wad~-p$^{h}$ra~-kaeo` torng` nang` rod~-me sai´ aˇ-rai k^{h}rab

對不起，去玉佛寺要搭哪一線公車？

ไป วัดพระแก้ว สามารถ นั่ง รถเมล์ สาย 16, 51 และ 77 ครับ

pai wad~-p^{h}ra~-kaeo` sa´-mad` nang` rod~-me sai´ sibˇ hokˇ ha` sibˇ edˇ lae~ jedˇ sibˇ jedˇ k^{h}rab

去玉佛寺可以搭16、51及77號公車。

เป็น รถเมล์ ธรรมดา หรือ รถแอร์ ครับ?

pen rod~-me t^{h}am-ma~-da rue´ rod~ air k^{h}rab

是普通公車還是冷氣公車？

เป็น รถเมล์ ปรับอากาศ ทั้งหมด ครับ

pen rod~-me prabˇ-ar-kadˇ tʰang~ modˇ kʰrab

全都是冷氣公車。

คำศัพท์เพิ่มเติม 補充語詞練習

MP3-261

รถยนต์ rod~ yon 汽車	รถแท็กซี่ rod~ taek~ see\` 計程車	รถสองแถว rod~ sorng´ tʰaeo´ 短距離公車
รถบัส rod~ bud~ 長距離公車	รถโดยสาร rod~ doi san´ 公車	รถไฟฟ้า rod~ fai fa~ 捷運
รถไฟ rod~ fai 火車	เครื่องบิน kʰrueang\` bin 飛機	เรือโดยสาร ruea doi san´ 計程船
สถานี ㄙㄚˋ ㄊㄚˊ ㄋㄧ saˇ-tʰa´-nee 站		

第二十課

โขน

不可錯過的泰國戲劇藝術——孔劇（khon）

泰國傳統舞蹈分「古典舞」和「民族舞」兩種。傳統舞蹈文化歷史由來已久，初期受印度文化影響極深，直到拉瑪二世時才漸漸演變成具有強烈民族特色的舞蹈。

泰國傳統舞蹈素有「指尖上的藝術」之稱，舞者身著盛裝，多用頭部、手部、腳部的優雅動作來表達人物的情緒和展現舞者的曲線美，俗稱「三道彎」。古典舞劇最著名的莫過於是「**โขน**」（khon / 孔劇）了！

因此，觀賞泰國傳統舞蹈是到泰國旅遊觀光絕對不可少的一個環節。除了耳熟能詳的人妖秀之外，可千萬不要錯過「**โขน**」（khon / 孔劇）。

「**โขน**」（khon / 孔劇）在英文裡寫作「khon」，是古典舞蹈的經典呈現方式，更是泰國的國粹。其中不止舞蹈，還融入了泰國獨特的音樂、詩歌、繪畫等文化元素，藝術價值頗高。其舞蹈動作也極其複雜，舞者都要經過長年的苦練才能擔任要角，可謂是「台上一分鐘，台下十年功」。

「**โขน**」（khon / 孔劇）是以舞蹈搭配戲劇的一種表演，全劇最特別的地方，是所有男性舞者都帶著不同的面具、穿著相異的服裝，以顯示其身分。而扮演佛祖、女主角、或神仙的演員，這三種角色則不需戴上套頭面具。

「**โขน**」（khon / 孔劇）最吸引人的地方莫過於舞者所戴的面具了，充滿神祕色彩，讓人不禁滿懷好奇。面具在眼睛的相對位置上有孔，使表演者能看到觀眾及舞台情況。面具分為四種：大巨人面具、神仙面具、魔鬼夜叉面具和猴王面具。

面具上會塗上顏色，貼上薄金片以及以小碎鏡裝飾點綴。由於整個表演者的臉都藏在面具裡，因此該面具被稱為「**หน้าโขน**（na khon / 那坤）」。

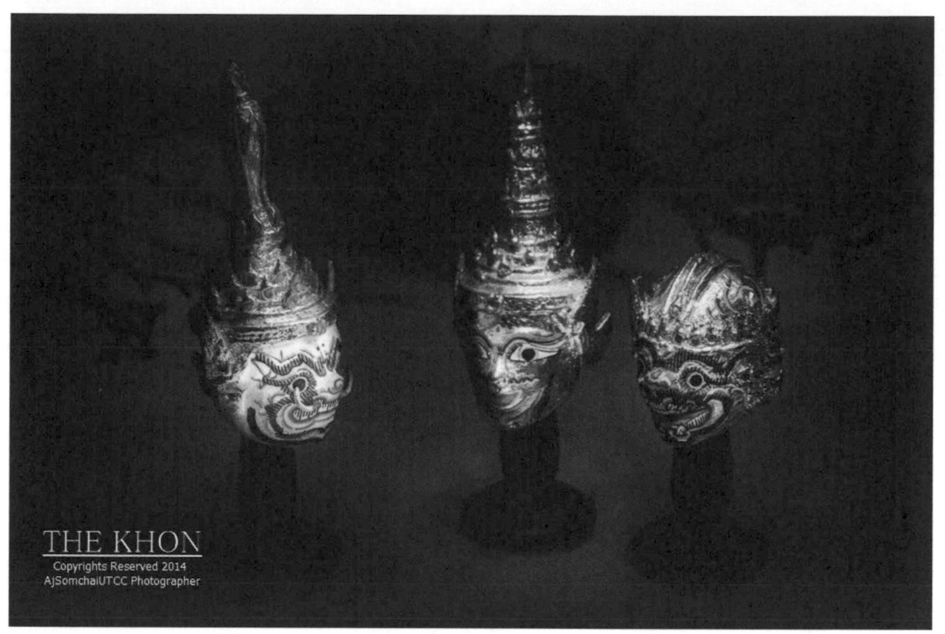

面具的製作十分精良，其設計均按該表演者的身分製作，是一門世代相傳的手藝，做一個供表演使用的面具至少需要二十幾天的時間。

服裝方面，代表佛祖及大巨人的衣服會以兩種顏色搭配，背心一種顏色，而袖子以另一種顏色搭配，背心象徵演者穿戴在身上的盔甲。至於代表猴子的服裝，上衣及袖子部分會以向右旋轉的小圖案呈現，代表猴子身上的毛。

顧名思義，俗稱為啞劇的「**โขน**」（khon / 孔劇）是沒有台詞的，全靠舞蹈或旁白的吟唱來詮釋意境，因此音樂就顯得格外重要。啞劇的配樂主要用泰國傳統木琴來演奏，因為泰國人相信木琴是唯一出自本土的樂器，雖然學習木琴需要投入大量的時間，但是用木琴演奏出來的配樂卻能迅速把人帶進「**โขน**」（khon / 孔劇）的世界裡。

目前，「**โขน**」（khon / 孔劇）只有一個劇本——「羅摩衍那」，它是一部泰國重要的文學史詩，是根據印度史詩改編的，劇情描述十面魔王搶走了古代國王拉瑪美麗的妻子悉達，國王在猴王的幫助下，擊斃十面魔王，救出悉達，得勝回朝。

第二十一課 特殊韻母ฤ和ฤๅ的拼音法

一 สระ ฤ [rue]拼音練習

（一）「ฤ」的三種用法

1. 單獨使用，意思為**หรือ**（或）、**ไม่**（不），經常會使用在詩詞的編寫上，例如：

ฤ จะมี = หรือจะมี 或是有

ฤ บังควร = ไม่บังควร 不得體

2. 作為巴利文或梵文單字的前音節或後音節，例如：

ฤดู 季節	ฤษี 修行者、隱修者	ฤดี 高興、喜悦	ฤชา 例費、手續費
ฤคเวท 梨俱吠陀	ฤกษ์ 吉時、吉辰、良辰	ฤทธิ์ 神通、神威、神奇	ฤษยา 妒忌
หฤทัย 心臟、心靈	นฤบดี 帝王、國王	นฤทุกข์ 沒有痛苦、沒有憂愁	นฤนาท 轟響、顯赫、響亮
ฯลฯ 簡略的符號，意思是「……等等」			

3. 作為與聲母相拼的單字，作法類似以**ร**作為複合輔音的單字，但局限於巴利文、梵文或畸變的單字，例如：

กฤษณา 沉香（植物）	**คฤหาสน์** 豪華的住宅	**ทฤษฎี** 理論、學說
ปฤษฎางค์ 背部	**พฤศจิกายน** 十一月	**กฤษฎีกา** （自**กติกา**畸變而來）法令、政令
อังกฤษ （自**อิงลิช**畸變而來）英國		

（二）คำศัพท์ 語詞練習

MP3-262

ฤดู rue~ doo 季節	**ฤษี** rue~ see´ 修行者、隱修者	**ฤดี** rue~ dee 高興、喜悅
ฤชา rue~ c^{h}a 例費、手續費	**ฤกษ์** rerk` 吉時、吉辰、良辰	**ฤทธิ์** rid~ 神通、神威、神奇
หฤทัย haˇ rue~ t^{h}ai 心臟、心靈	**นฤนาท** na~ rue~ nad` 顯赫、響亮	**กฤษณะ** kridˇ saˇ na~ 克里什那神（黑天）

คฤหาสน์ kʰrue~ hadˇ 豪華的住宅	พฤศจิกายน pʰrued~ saˇ ji ka yon 十一月	กฤษฎีกา kridˇ saˇ dee ka 法令、政令
อังกฤษ ang kridˇ 英文	พฤษภาคม pʰrued~ saˇ pʰa kʰom 五月	พฤหัสบดี pʰa~ rue~ hadˇ saˇ bor dee 星期四

（三）ฝึกอ่านประโยค 句子練習

MP3-263

คุณพ่อ จะ พา ฉัน ไป เที่ยว อังกฤษ

kʰun pʰorˋ jaˇ pʰa cʰanˊ pai tʰiaoˋ ang kridˇ

爸爸要帶我去英國玩。

備註 泰文句子的寫法字詞之間不會有空格，但為了幫助學習者拼音，本書在每一個語詞之間空了一格，以方便學習者的方式編寫。

唷呀小叮嚀

請照著MP3錄音檔多多練習拼音，發音一定會進步的！繼續努力！

恭喜你！學會了ฤ韻母的拼音

二 สระ ฤๅ [rue]拼音練習

（一）สระ ฤๅ [rue]的使用方法如下：

1. 單獨使用：

สระ ฤๅ [rue]可單獨使用，不需與任何聲母拼音，意思是：**อะไร**（什麼）、**ไม่**（不）及**ไม่ใช่**（不是），古代在散文及詩的作品均有使用，但現在只有在詩的作品裡才看得到，例如：

ฤๅเบา = ไม่เบา ไม่ใช่น้อย 不輕、不少

ทำฤๅ = ทำอะไร 做什麼

2. 作為單字的前音節，例如：

ฤๅดี = ยินดี 高興、歡喜、喜悅

ฤๅสาย = เชื้อสายที่เลื่องลือ
（廣為人知的血脈），一般是對大人物（如國王）的稱呼。

唷呀小叮嚀
請照著MP3錄音檔多多練習拼音，發音一定會進步的！繼續努力！

恭喜你！學會了ฤๅ韻母的拼音

การเจ็บไข้ได้ป่วย

生病

MP3-264

ฉัน รู้สึก ปวด หัว ไม่ สบาย

cʰan´ roo~-suekˇ puadˇ hua´ mai` saˇ-bai

我覺得頭痛、不舒服。

คุณ ควร รีบ ไป หา หมอ นะ ครับ

kʰun kʰuan reeb` pai ha´ mor´ na~ kʰrab

你應該趕緊去看醫師。

นอกจาก ปวด หัว แล้ว คุณ ยัง มี อาการ อย่าง อื่น หรือ เปล่า ครับ?

nork`-jakˇ puadˇ hua´ laeo~ kʰun yang mee ar-kan yangˇ uenˇ rue´ plaoˇ kʰrab

除了頭痛外，你還有其他症狀嗎？

บางครั้ง ฉัน รู้สึก อยาก จะ อาเจียน

bang kʰrang~ cʰan´ roo~-suekˇ yakˇ jaˇ ar-jian

有時我覺得想吐。

คำศัพท์เพิ่มเติม 補充語詞練習

MP3-265

ปวดท้อง puadˇ tʰorng~ 肚子痛	ปวดหลัง puadˇ langˊ 背痛	ท้องเสีย tʰorng~ siaˊ 拉肚子
เจ็บคอ jebˇ kʰor 喉嚨痛	น้ำมูกไหล nam~ mook` laiˊ 流鼻水	คลื่นไส้ kʰluen` sai` 噁心
เจ็บตา jebˇ ta 眼睛痛	วิงเวียน wing wian 頭昏目眩	ไอ ㄞ ai 咳嗽
จาม jam 打噴嚏		

第二十一課

พระราชพิธีบรมราชาภิเษก

泰國風俗與傳統——泰皇加冕典禮

（一）加冕典禮的重要性

泰皇的加冕典禮是泰國古老的傳統儀式，主要是向廣大民眾及各國宣示其王位登基已完成，象徵正式獲得國家統治權，就如節基王朝第六世皇曾經說：

「……根據暹邏宮廷習俗，國王需要經過加冕典禮後，才能稱為暹邏王。如果還未經過加冕儀式，雖貴為王儲，仍無法正式稱為國王，頂多只能在其名字後面加上代理國王而已。必須直到其完成了加冕儀式，經過聖水的洗滌，從婆羅門教的教師手中接受刻有國王聖名的金箔書以及五種聖物後，才能真正成為暹邏的國王……」

（二）加冕典禮的由來

泰皇的加冕典禮是泰國傳統儀式之一，也是王室與泰國社會長久以來的互動關係。此典禮深受印度文化的影響及啟發，最原先的加冕典禮方式及作法是如何進行，並沒有確切的紀錄，連加冕典禮的名稱，在大城王朝或節基王朝初期時也都不一樣。

在大城王朝或節基王朝初期，加冕典禮的名稱為「**พระราชพิธีราชาภิเษก**」（phra rad cha phi thi ra cha phi sek）或「**พิธีราชาภิเษก**」（phi thi ra cha phi sek），而現今則稱為「**พระราชพิธีบรมราชาภิเษก**」（phra rad cha phi thi bor rom ra cha phi sek）。

素可泰王朝於十八世紀左右，在第二塊石碑上刻上加冕典禮的事蹟，該紀錄記載素可泰王朝第一位國王的登基儀式。另一塊石碑上，記載素可泰王朝第六位國王登基時，加冕典禮上所使用的聖物，包括王冠、王劍以及九層白幡傘。

Vorakorn Kongkaew Photographer

在大城王朝時期，我們可以藉由當時人民的口述，得知國王加冕典禮的一些事證，在一段的口述中提到：

「……大城王朝國王下令將無花果樹的木材拿來做凳子，可以在一些儀式過程中坐著沐浴，像加冕典禮儀式等。在這儀式中，國王首先要坐在無花果樹的凳子上進行沐浴，接著再坐在國王的寶座上，接受大臣獻上五種聖物，包含王冠、王劍、王扇、王杖及王履……」

在吞武里王朝時，並未有國王加冕典禮的記載，後世只能臆測，應該是遵循大城王朝時期的模式進行，只不過當時因國家正處於動盪階段，內憂外患不斷，只能簡單舉行。到了佛曆2325（西元1782）年，節基王朝第一位國王，拉瑪一世，謚號帕佛陀約華朱拉洛**พระพุทธยอดฟ้าจุฬาโลก**（Pra Putta Yot Fa Chulalok），也同樣以簡約的方式進行加冕儀式。

佛曆2326（西元1783）年，拉瑪一世諭令一位大臣與相關人士，考查大城王朝留下來，關於國王加冕典禮的紀錄或記載，並編輯成「大城時期加冕儀式寶典」。此份寶典後來成為國王加冕典禮的重要依據。

原則上，每一位要繼任為泰國國王者，都需經過加冕儀式，才能成為真正獲有國家統治權的君王。依照泰國歷史記載，有兩位國王因特殊的原因，曾在其任內舉辦兩次加冕典禮。

拉瑪五世於佛曆2411（西元1868）年11月12日，接續父親登基為泰國國王，當時年紀僅有十六歲。在位前五年均由一位大臣攝政，直到其年滿二十歲出家並還俗後，拉瑪五世乃諭令大臣，於佛曆2416（西元1873）年再舉行第二次加冕典禮。

此外，因國家處於國殤期間（五世皇逝世），拉瑪六世於佛曆2453（西元1910）年11月11日先簡單舉辦部分加冕儀式，同時暫緩各項娛樂活動。待五世皇火化儀式結束後，才於佛曆2454（西元1911）年12月2日舉行正式加冕典禮。

แบบฝึกหัด　作業練習三

作業 1 請將單字的拼音過程寫出來

1. กะ กอ – อะ – กะ
2. ทิ ______
3. ขะ ______
4. ธี ______
5. เขะ ______
6. โนะ ______
7. คา ______
8. โบ ______
9. คิ ______
10. ปัวะ ______
11. ฆะ ______
12. ผัว ______
13. แงะ ______
14. โฝะ ______
15. แจ ______
16. แพะ ______
17. ฉี ______
18. เฟอะ ______
19. ชือ ______
20. ภะ ______
21. ชุ ______
22. เมีย ______
23. ฌะ ______
24. เยอะ ______
25. ญะ ______
26. แระ ______

27. ฎา ______________

28. ลัว ______________

29. ฏา ______________

30. แวะ ______________

31. ฐะ ______________

32. ศิ ______________

33. ฑะ ______________

34. ษะ ______________

35. ฒือ ______________

36. สี ______________

37. แณะ ______________

38. หอ ______________

39. เดอะ ______________

40. ฬิ ______________

41. แตะ ______________

42. เออะ ______________

43. เถอะ ______________

44. ฮิ ______________

作業 2 請在短音韻母拼音的單字☺上塗顏色

1. ☺ ขอ
2. ☺ แล
3. ☺ นะคะ
4. ☺ มี
5. ☺ ปู
6. ☺ อิ
7. ☺ ทายา
8. ☺ ทำ

9. ☺ กระบะ
10. ☺ โปะ
11. ☺ ติ
12. ☺ นะยะ
13. ☺ จะ
14. ☺ มือ
15. ☺ อาสา
16. ☺ เกเร
17. ☺ เคาะ
18. ☺ เลอะ
19. ☺ เตะ
20. ☺ ดุ
21. ☺ บัว
22. ☺ แพะ
23. ☺ ไป
24. ☺ ใบ
25. ☺ เลาะ
26. ☺ เรา
27. ☺ เธอ
28. ☺ เยอะ

作業 3 請在長音韻母拼音單字☺上塗顏色

1. ☺ เกาะ
2. ☺ เรือ
3. ☺ คอ
4. ☺ พา
5. ☺ มือ
6. ☺ คุ
7. ☺ เสือ
8. ☺ ฝี

9. ☺ โปะ

10. ☺ เรอ

11. ☺ หอ

12. ☺ เจอ

13. ☺ แวะ

14. ☺ เซ

15. ☺ รอ

16. ☺ ใส

17. ☺ ฝา

18. ☺ เจือ

19. ☺ สะ

20. ☺ บัว

21. ☺ ผุ

22. ☺ เหา

23. ☺ เปีย

24. ☺ ไส

25. ☺ หึ

26. ☺ แบ

27. ☺ เคาะ

28. ☺ โต

29. ☺ อือ

30. ☺ เมีย

作業4 請寫出聲母與韻母拼成的單字

1.  ก + -ะ　กะ ______

2.  จ + -ะ ______

3. ด + -า ______

4.  บ + -า ______

5. ป + -ื ______

6.  อ + -ื ______

7.  ข + -ึ ______

8.  ห + -ึ ______

9.  ผ + -ี ______

10.  ฝ + -ี ______

11. 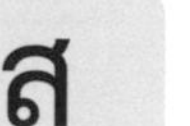 ส + -ิ ______

12.  ฉ +  -ิ ______

第二十一課

13. ค + เ – ะ ______

14. ง + เ – ะ ______

15. ช + เ- ______

16. ซ + เ- ______

17. ท + แ- ______

18. น + แ- ______

19. พ + แ – ะ ______

20. ฟ + แ – ะ ______

21. ม + โ – ะ ______

22. ย + โ – ะ ______

23. ร + โ- ______

24. ล + โ- ______

25. ว + เ – าะ ______________________

26. ศ + เ – าะ ______________________

27. ก + - อ ______________________

28. ข + - อ ______________________

29. ค + –ัวะ ______________________

30. ง + –ัวะ ______________________

31. จ + –ัว ______________________

32. ฉ + –ัว ______________________

33. ช + เ–ียะ ______________________

34. ซ + เ–ียะ ______________________

35. ด + เ–ีย ______________________

36. ต + เ–ีย ______________________

37. ถ + เ–ือะ ____________________

38. ท + เ–ือะ ____________________

39. น + เ–ือ ____________________

40. บ + เ–ือ ____________________

41. ป + เ – อะ ____________________

42. ผ + เ – อะ ____________________

43. ฝ + เ – อ ____________________

44. พ + เ – อ ____________________

45. ฟ + –ำ ____________________

46. ม + –ำ ____________________

47. ภ + ไ– ____________________

48. ย + ไ– ____________________

49. ร + ใ- __________

50. ล + ใ- __________

51. ว + เ – า __________

52. ส + เ – า __________

作業 5 請依左列所提的語詞，寫出正確的聲母與韻母

1. ที = ท + ี
2. มา = ＿＿ + ＿＿
3. พอ = ＿＿ + ＿＿
4. นำ = ＿＿ + ＿＿
5. ไป = ＿＿ + ＿＿
6. ตัว = ＿＿ + ＿＿
7. เสีย = ＿＿ + ＿＿

第二十一課

8. และ = ______ + ______

9. ใจ = ______ + ______

10. เละ = ______ + ______

11. เรือ = ______ + ______

12. จะ = ______ + ______

13. มือ = ______ + ______

14. เงาะ = ______ + ______

15. เกือะ = ______ + ______

16. โละ = ______ + ______

17. แก = ______ + ______

18. เรา = ______ + ______

19. หู = ______ + ______

20. เลอะ = ______ + ______

21. โบ = ______ + ______

22. เฉ = ______ + ______

23. ติ = ______ + ______

24. ดุ = ______ + ______

25. เธอ = ______ + ______

26. ผัวะ = ______ + ______

27. วัว = ______ + ______

恭喜你！你已把《泰語起步走 2》學完了！

บันทึก

筆記

附錄

ภาคผนวก

作業練習三

解答

作業 1 請將單字的拼音過程寫出來

1. กอ – อะ – กะ
2. ทอ – อิ – ทิ
3. ขอ – อะ – ขะ
4. ทอ – อี – ที
5. ขอ – เอะ – เขะ
6. นอ – โอะ – โนะ
7. คอ – อา – คา
8. บอ – โอ – โบ
9. คอ – อิ – คิ
10. ปอ–อัวะ–ปัวะ
11. คอ – อะ – คะ
12. ผอ – อัว – ผัว
13. งอ – แอะ – แงะ
14. ฝอ–โอะ–โฝะ
15. จอ – แอ – แจ
16. พอ–แอะ–แพะ
17. ฉอ – อี – ฉี
18. ฟอ–เออะ–เฟอะ
19. ชอ – อือ – ชือ
20. พอ – อะ – พะ
21. ชอ – อุ – ชุ
22. มอ–เอีย–เมีย
23. ชอ – อะ – ชะ
24. ยอ–เออะ–เยอะ
25. ยอ – อะ – ยะ
26. รอ–แอะ–แระ

27. ดอ – อา – ดา

28. ลอ – อัว – ลัว

29. ตอ – อา – ตา

30. วอ–แอะ–แวะ

31. ถอ – อะ – ถะ

32. สอ – อิ – สิ

33. ทอ – อะ – ทะ

34. สอ – อะ – สะ

35. ทอ – อือ – ทือ

36. สอ – อี – สี

37. นอ–แอะ–แนะ

38. หอ – ออ – หอ

39. ดอ–เออะ–เดอะ

40. ลอ – อิ – ลิ

41. ตอ–แอะ–แตะ

42. ออ-เออะ-เออะ

43. ถอ–เออะ–เถอะ

44. ฮอ – อิ – ฮิ

作業 2 請在短音韻母拼音的單字☺上塗顏色

1. ☺ ขอ
2. ☺ แล
3. ☻ นะคะ
4. ☺ มี
5. ☺ ปู
6. ☻ อิ
7. ☺ ทายา
8. ☻ ทำ
9. ☻ กระบะ
10. ☻ โปะ

11. ☻ ติ

12. ☻ นะยะ

13. ☻ จะ

14. ☺ มือ

15. ☺ อาสา

16. ☺ เกเร

17. ☻ เคาะ

18. ☻ เลอะ

19. ☻ เตะ

20. ☻ ดุ

21. ☺ บัว

22. ☻ แพะ

23. ☻ ไป

24. ☻ ใบ

25. ☻ เลาะ

26. ☻ เรา

27. ☺ เธอ

28. ☻ เยอะ

作業 3 請在長音韻母拼音的單字☺上塗顏色

1. ☺ เกาะ

2. ☻ เรือ

3. ☻ คอ

4. ☻ พา

5. ☻ มือ

6. ☺ คุ

7. ☻ เสือ

8. ☻ ฝี

9. ☺ โปะ

10. ☻ เรอ

11. ☻ หอ

12. ☻ เจอ

13. ☺ แวะ

14. ☻ เซ

15. ☻ รอ

16. ☺ ใส

17. ☻ ฝา

18. ☻ เจือ

19. ☺ สะ

20. ☻ บัว

21. ☺ ผุ

22. ☺ เหา

23. ☻ เปีย

24. ☺ ไส

25. ☺ หึ

26. ☻ แบ

27. ☺ เคาะ

28. ☻ โต

29. ☻ อือ

30. ☻ เมีย

作業 4 請寫出聲母與韻母拼成的單字

1. กะ	2. จะ	3. ดา	4. บา
5. ปุ	6. อุ	7. ขู	8. หู
9. ผี	10. ฝี	11. สิ	12. ฉิ
13. เคะ	14. เงะ	15. เช	16. เซ

17. แท	18. แน	19. แพะ	20. แฟะ
21. โมะ	22. โยะ	23. โร	24. โล
25. เวาะ	26. เศาะ	27. กอ	28. ขอ
29. คัวะ	30. งัวะ	31. จัว	32. ฉัว
33. เชียะ	34. เซียะ	35. เดีย	36. เตีย
37. เถือะ	38. เทือะ	39. เนือ	40. เบือ
41. เปอะ	42. เผอะ	43. เฝอ	44. เพอ
45. ฟ้า	46. ม้ำ	47. ไภ	48. ไย
49. ใร	50. ใล	51. เวา	52. เสา

作業 5 請依左列所提的語詞，寫出正確的聲母與韻母

1. ท、-ี

2. ม、-า

3. พ、-อ

4. น、-ำ

5. ป、ไ-

6. ต、-ัว

7. ส、เ-ีย

8. ล、แ – ะ

9. จ、ใ

10. ล、เ – ะ

11. ร、เ–ือ

12. จ、–ะ

13. ม、–ื

14. ง、เ – าะ

15. ก、เ–ือะ

16. ล、โ – ะ

17. ก、แ–

18. ร、เ – า

19. ห、–ู

20. ล、เ – อะ

21. บ、โ–

22. ฉ、เ–

23. ต、–ิ

24. ด、–ุ

25. ธ、เ – อ

26. ผ、–ัวะ

27. ว、–ัว

國家圖書館出版品預行編目資料

泰語起步走2 / 徐建汕（Somsak / **สมศักดิ์**） 著
-- 初版 -- 臺北市：瑞蘭國際, 2020.02
240面；19×26公分 --（外語學習；73）
ISBN：978-957-9138-59-8（第2冊：平裝附光碟）
1. 泰語 2. 讀本

803.758　　108019315

外語學習系列 73

泰語起步走 2

作者｜徐建汕（Somsak / **สมศักดิ์**）・責任編輯｜林珊玉、王愿琦
校對｜徐建汕（Somsak / **สมศักดิ์**）、林珊玉、王愿琦

泰語錄音｜徐建汕（Somsak / **สมศักดิ์**）、**ธีรัชญา**（Tirachaya）
錄音室｜采漾錄音製作有限公司
封面設計、版型設計、內文排版｜余佳憓・美術插畫｜Syuan Ho

瑞蘭國際出版

董事長｜張暖彗・社長兼總編輯｜王愿琦
編輯部
副總編輯｜葉仲芸・副主編｜潘治婷・文字編輯｜林珊玉、鄧元婷
設計部主任｜余佳憓・美術編輯｜陳如琪
業務部
副理｜楊米琪・組長｜林湲洵・專員｜張毓庭

出版社｜瑞蘭國際有限公司・地址｜台北市大安區安和路一段104號7樓之1
電話｜(02)2700-4625・傳真｜(02)2700-4622・訂購專線｜(02)2700-4625
劃撥帳號｜19914152 瑞蘭國際有限公司・瑞蘭國際網路書城｜www.genki-japan.com.tw

法律顧問｜海灣國際法律事務所　呂錦峯律師

總經銷｜聯合發行股份有限公司・電話｜(02)2917-8022、2917-8042
傳真｜(02)2915-6275、2915-7212・印刷｜科億印刷股份有限公司
出版日期｜2020年02月初版1刷・定價｜420元・ISBN｜978-957-9138-59-8